ശ്രീനിവാസരാമാനുജൻ

sreenivasa ramanujan

•

premjith kayamkulam

•

first edition
june 2010

•

typesetting
namasivaya printers, thachotukavu

•

published
chintha publishers, thiruvananthapuram

•

cover
prasoon prabhakar

വിതരണം

ദേശാഭിമാനി ബുക്ക് ഹൗസ്

H O തിരുവനന്തപുരം–695 001

ബ്രാഞ്ചുകൾ

ഓവർബ്രിഡ്ജ് തിരുവനന്തപുരം • കെ എസ് ആർ ടി സി ബസ് സ്റ്റേഷൻ ആലപ്പുഴ • കെ എസ് ആർ ടി സി ബസ് സ്റ്റേഷൻ എറണാകുളം • കലൂർ കൊച്ചി • ഐ ജി റോഡ് കോഴിക്കോട് • മാവൂർ റോഡ് കോഴിക്കോട് • എൻ ജി ഒ യൂണിയൻ ബിൽഡിങ് കണ്ണൂർ • സെൻട്രൽ ബസ് ടെർമിനൽ കോംപ്ലക്സ് താവക്കര കണ്ണൂർ • മച്ചിങ്ങൽ ലെയ്ൻ തൃശൂർ

CO - 1451 / 2472

ശ്രീനിവാസ രാമാനുജൻ

പ്രേംജിത്ത് കായംകുളം

ചിന്ത പബ്ലിഷേഴ്സ്
തിരുവനന്തപുരം-695 001

പ്രേംജിത്ത് കായംകുളം

അധ്യാപകനും എഴുത്തുകാരനുമായിരുന്ന കീറ്റുപുറത്തു കുട്ടപ്പന്റെയും റിട്ടയേർഡ് ഹെഡ്മിസ്ട്രസ് പി എസ് ദേവകിയുടെയും മകൻ. കോഴിക്കോട് റീജണൽ എൻജിനീയറിങ് കോളേജിൽ (എൻ ഐ ടി) നിന്ന് എൻജിനീയറിങ്ങിൽ ബിരുദവും എ എം ഐ ഇയും വാസ്തുവിദ്യയിൽ ഡിപ്ലോമയും നേടിയിട്ടുണ്ട്.

ഇപ്പോൾ പൊതുമരാമത്തു വകുപ്പിൽ അസിസ്റ്റന്റ് എക്സിക്യൂട്ടീവ് എൻജിനീയർ.

ആനുകാലികങ്ങളിൽ സ്ഥിരമായി ലേഖനങ്ങളെഴുതുകയും കാർട്ടൂൺ വരയ്ക്കുകയും ചെയ്യുന്നു. *സ്വാമി ബ്രഹ്മവ്രതൻ – ജീവിതവും നാടകങ്ങളും* എന്ന കൃതിയുടെ കർത്താവ്. മറ്റു കൃതികൾ: *കാർട്ടൂണിസ്റ്റ് ശങ്കർ, ഫാദർ ഡാമിയൻ, സ്വാതിതിരുനാൾ, സ്റ്റാമ്പുകളുടെ കൗതുകലോകം, ഗുജറാത്തി നാടോടിക്കഥകൾ.*

ഭാര്യ : എം എസ് ബിന്ദു

മക്കൾ : അശോകാ പ്രേം
ആഗ്നാ പ്രേം

വിലാസം : ഹമാര, കായംകുളം – 690502

ഫോൺ : 0479–2444721, 2445721

ഉള്ളടക്കം

1

രാമാനുജനെ തേടി...

തമിഴ്നാട്ടിലെ കോയമ്പത്തൂർ ജില്ലയിലാണ് ഈറോഡ്. ലോക പ്രശസ്ത ഗണിതശാസ്ത്രജ്ഞൻ ശ്രീനിവാസ രാമാനുജൻ ജനിച്ച മണ്ണ്. എന്നാൽ രാമാനുജനെത്തേടി ഇവിടെ എത്തുന്നവർക്ക് ഒരുപക്ഷേ, നിരാശയാണുണ്ടാകുക. നാഗരികതയുടെ കുത്തൊഴുക്കിൽ ഈ പ്രദേശമാകെ മാറിയിരിക്കുന്നു. രാമാനുജനെ അറിയുന്ന പുതുതലമുറക്കാരും കുറവ്. അക്കങ്ങളുടെ ചക്രവർത്തിയായി വിരാജിച്ച് ലോകത്തെയാകമാനം വിസ്മയിപ്പിച്ച മഹാനായ ആ ഗണിത ശാസ്ത്രജ്ഞന്റെ ജനനവും ശൈശവകാലവും ഇവിടെയായിരുന്നു എന്നറിയുമ്പോൾ സ്ഥലവാസികളിൽ പലർക്കും ആശ്ചര്യം.

ചുട്ടുപൊള്ളുന്ന വെയിലിനോടും, കടുകടുത്ത തമിഴിനോടും മല്ലിട്ട് ഒടുവിൽ നാം ചെന്നെത്തുക 'തപ്പക്കുളം' എന്ന സ്ഥലത്തെ ഇടുങ്ങിയ തെരുവിലാണ്. നഗരമധ്യത്തിലുള്ള ബസ്റ്റാൻഡിൽ നിന്നും കഷ്ടിച്ച് മൂന്നു കിലോമീറ്റർ പടിഞ്ഞാറു മാറിയാണ് തപ്പക്കുളം. പാലക്കാടൻ തെരുവുകളുമായി അതിശയകരമായ സമാനതകളുള്ള സ്ഥലം. മുഖാമുഖം നോക്കിനിൽക്കുന്ന ക്ഷേത്രഗോപുരങ്ങൾ, കോവിലുകൾ ഏറെക്കുറെ വൃത്തിയും വെടിപ്പുമുള്ള ഇടുങ്ങിയ കോൺക്രീറ്റുപാതകൾ. വീടുകളിലേക്കുള്ള പ്രവേശന കവാടങ്ങളിൽ വരച്ചിട്ട കോലങ്ങളിൽ വെളിവാകുന്ന കരവിരുതിന്റെ ചാരുത. വാഹനങ്ങളുടെയും വഴിയാത്രക്കാരുടെയും ഇരമ്പലുകൾക്കുമീതേ ക്ഷേത്രങ്ങളിൽനിന്നുയരുന്ന പഴയ സിനിമാഭക്തിഗാനങ്ങൾ. മണിയടിശബ്ദം. പലപലഗന്ധങ്ങളുമായി വീശിയടിക്കുന്ന തീക്കാറ്റ്. ആകെ ഭക്തിസാന്ദ്രമായ അന്തരീക്ഷമാണിവിടെ.

രാമാനുജൻ ജനിച്ചവീട് ഇന്ന് 'ജ്യോതിനിലയ'മാണ്. ഇതിനു പഴയ രൂപവും ഭാവവുമല്ല. ആയിരത്തിലധികം വർഷം പഴക്കമുണ്ടെന്ന് ഇവി

ഈറോഡിൽ രാമാനുജൻ ജനിച്ചവീട് – ഇന്ന്

ടുത്തുകാർ വിശ്വസിച്ചുവരുന്ന ലക്ഷ്മീനാരായണ ക്ഷേത്രത്തിനടുത്തുള്ള അളഗരസിംഹ എസ്റ്റേറ്റിൽ 18–ാം നമ്പർ വീടാണിത്.

പണ്ടുമുതൽക്കുതന്നെ തുണിവ്യവസായത്തിനു പേരുകേട്ട ഈ പട്ടണത്തിലെ ഏതോ ഒരു തുണിമില്ലിൽ ഗുമസ്തനായിരുന്നു രാമാനുജന്റെ അച്ഛൻ ശ്രീനിവാസ അയ്യങ്കാർ. പുല്ലുമേഞ്ഞ ഒരു കൊച്ചുവീടായിരുന്നു അന്നിത്. ചെളിയും ചാണകവും മെഴുകിയ തറയും ചുമരുകളും. രാമാനുജന്റെ ഏഴാം വയസിൽ ഈ കുടുംബം 'കുംഭകോണ'ത്തിനു താമസം മാറ്റിയതോടെ ഈ വീട് ഒത്തിരിക്കാലം അനാഥമായിക്കിടന്നു. 1940–ൽ മാരിമുത്തു എന്ന അധ്യാപകൻ ഇതു വിലയ്ക്കുവാങ്ങി 'ജ്യോതി കൽവി നിലയം' എന്ന പേരിൽ ഒരു വിദ്യാലയം തുടങ്ങി. 1951 ൽ പഴയവീടു പൊളിച്ച് ഇന്നു കാണുന്ന 'ജ്യോതിനിലയം' പണി തീർത്തു.

വെട്ടുകല്ലിൽ പണിതു കോൺക്രീറ്റു ചെയ്ത ഈ ഇരുനില വീടിന് താഴത്തെ നിലയിൽ രണ്ടോ മൂന്നോ ഇടുങ്ങിയ മുറികളാണുള്ളത്. അത്രയും മുറികൾ മുകളിലുമുണ്ട്. വീടിന്റെ പിൻഭാഗം ഇതേ തെരുവിന്റെ തിരക്കില്ലാത്ത മറ്റൊരു ഭാഗത്തേക്കു തുറക്കുന്നു. ഒരിക്കൽ ഈ വീട് കുറെക്കൂടി വിസ്തൃതമായിരുന്നു എന്ന് ഇന്ന് ഇവിടത്തെ താമസക്കാരനായ മാരിമുത്തുവിന്റെ ഇളയമകൻ ഇളങ്കോ പറയുന്നു. ശേഷിക്കുന്ന ഭാഗങ്ങൾ കൈമറിഞ്ഞ് പലരുടെ കൈകളിലായി.

രാമാനുജന്റെ ഓർമകൾ നിലനിർത്തുന്ന ഒന്നും ഇവിടെ ശേഷിക്കുന്നില്ല. എന്നാൽ ആധുനിക ലോകത്തിനുപോലും ഇനിയും നിർവചിക്കാൻ

കഴിഞ്ഞിട്ടില്ലാത്ത ഒരുപാടു സമസ്യകൾ ബാക്കിവെച്ചിട്ടുപോയ ആ ഗണിതശാസ്ത്രജ്ഞന്റെ ഹൃദയത്തുടിപ്പുകൾ, അദ്ദേഹം പിറന്നുവീഴുകയും പിച്ചവെച്ചുനടക്കുകയും ചെയ്ത ഈ വീടിന്റെ ഓരോ അണുവിലും സ്പന്ദിക്കുന്നുണ്ടാവില്ലേ?

സ്വദേശികളും വിദേശികളുമായ വിദ്യാർഥികളും ഗവേഷകരും വല്ലപ്പോഴുമൊക്കെ രാമാനുജന്റെ ജന്മഗൃഹം തേടിയെത്താറുണ്ടെന്ന് ഇളങ്കോ പറയുന്നു. എന്നാൽ, ഇതേ തെരുവിൽ സ്ഥിരതാമസക്കാരായ ഭൂരിപക്ഷം പേർക്കും ചരിത്രസ്മാരകമായിത്തീരേണ്ട ഈ വീട് അജ്ഞാതമത്രേ!

രാമാനുജനെ സമഗ്രമായി പഠിക്കുകയും ആരാധിക്കുകയും ചെയ്തിരുന്ന ലക്ഷ്മീനാരായണൻ എന്ന ഒരു അധ്യാപകൻ തൊട്ടടുത്തുള്ള ശിവക്ഷേത്രത്തിനു സമീപം താമസിച്ചിരുന്നു. ദൗർഭാഗ്യവശാൽ അദ്ദേഹം ഏതാനും വർഷങ്ങൾക്കു മുമ്പ് മരിച്ചു. രാമാനുജന്റെ കുടുംബചരിത്രവും മറ്റുവിലപ്പെട്ട വിവരങ്ങളും അദ്ദേഹത്തിന് ഹൃദിസ്ഥമായിരുന്നു.

രാമാനുജന്റെ ജീവിതവുമായി ബന്ധപ്പെട്ട പ്രധാന മുഹൂർത്തങ്ങളെല്ലാം ഇവിടെനിന്നും മുന്നൂറോളം കിലോമീറ്റർ അകലെയുള്ള കുംഭകോണവുമായി ഇഴുകിച്ചേർന്നു കിടക്കുകയാണ്. അതിനാലാവണം അദ്ദേഹത്തിന്റെ ജീവചരിത്രരേഖകളിൽ ജന്മനാടായ 'ഈറോഡി'ന് വേണ്ടത്ര പ്രാധാന്യമില്ലാതെയായിപ്പോകുന്നത്.

2

കുംഭകോണത്ത്

ഒരുകാലത്ത് സമ്പത്തും പ്രതാപവുമുള്ള തറവാടുകളിലൊന്നായിരുന്നു രാമാനുജന്റെ അയ്യങ്കാർ കുടുംബം. എന്നാൽ കാലാന്തരത്തിൽ അതെല്ലാം തീർത്തും നഷ്ടമായി. രാമാനുജൻ ജനിക്കുമ്പോൾ വീടിന്റെ അവസ്ഥ പരമദയനീയവും ക്ലേശങ്ങൾ നിറഞ്ഞതുമായിരുന്നു. ദാരിദ്ര്യവും പരാധീനതകളും അദ്ദേഹത്തിന് വേണ്ടുവോളം അനുഭവിക്കേണ്ടിവന്നു. പലപ്പോഴും ഒട്ടിയവയറുമായാണ് ആ ബാലന് സ്കൂളിൽ പോകേണ്ടിവ

കുംഭകോണത്ത് രാമാനുജന്റെ വീട്

ന്നത്. അച്ഛനു കിട്ടിക്കൊണ്ടിരുന്ന തുച്ഛമായ വേതനം മാത്രമായിരുന്നു ആ കുടുംബത്തിന്റെ വരുമാനമാർഗം.

രാമാനുജന്റെ അമ്മവീടാണ് ഈറോഡിലുള്ളത്. നാട്ടുനടപ്പനുസരിച്ച് ആദ്യത്തെ കുട്ടിയുടെ ജനനം അമ്മവീട്ടിൽ വേണമെന്നു നിർബന്ധമായിരുന്നു. അങ്ങനെയാണ് ഈറോഡ് അദ്ദേഹത്തിന്റെ ജന്മസ്ഥലമായത്.

രാമാനുജന്റെ മാതാപിതാക്കൾക്ക് വർഷങ്ങളോളം സന്താനസൗഭാഗ്യമുണ്ടായില്ലത്രേ. കുട്ടികൾക്കായുള്ള കാത്തിരിപ്പ് ആ കുടുംബത്തെ തീരാദുഃഖത്തിലാഴ്ത്തി ഒടുവിൽ ഫലം കണ്ടു. 1887 ഡിസംബർ 22–ാം തീയതി വ്യാഴാഴ്ച വൈകുന്നേരം ശ്രീനിവാസ–കോമളത്തമ്മാൾ ദമ്പതികൾക്ക് ശ്രീനിവാസ രാമാനുജൻ എന്ന കുട്ടി പിറന്നു.

അഞ്ചാമത്തെ വയസിലാണ് രാമാനുജനെ എഴുത്തിനിരുത്തിയത്. വിജയദശമി നാളിൽ കാഞ്ചീപുരം ക്ഷേത്രത്തിൽ നടന്ന ചടങ്ങുകൾക്ക് മേൽനോട്ടം വഹിച്ചത് അച്ഛൻ ശ്രീനിവാസൻ തന്നെയായിരുന്നു. വീടിനടുത്തുള്ള കുടിപ്പള്ളിക്കൂടത്തിൽ തുടർന്നുള്ള പഠനം.

അക്കാലത്താണ് രാമാനുജന് വസൂരി രോഗം പിടിപെടുന്നത്. മരണത്തിൽനിന്നും കഷ്ടിച്ചു രക്ഷപ്പെട്ടെങ്കിലും അദ്ദേഹത്തിന്റെ മുഖത്ത് അഗാധമായ വടുക്കളുണ്ടാകുകയും ആ വലിയ മുഖം അൽപ്പസ്വൽപ്പം വികൃതമാവുകയും ചെയ്തു.

കുംഭകോണത്ത് വീടിനടുത്തുതന്നെയുള്ള കാങ്ഗയൻ പ്രൈമറി സ്കൂളിലായിരുന്നു തുടർന്നുള്ള പഠനം (പ്രശസ്ത സിനിമാനടനും, തമിഴ്നാട് മുഖ്യമന്ത്രിയുമായിരുന്ന എം ജി രാമചന്ദ്രൻ പഠിച്ചതും ഇതേ സ്കൂളിലാണ്).

രാമാനുജന്റെ ബാല്യകൗമാരങ്ങൾ തളിരിട്ട പഴയ കൊച്ചുവീട് ഇന്ന് ശാസ്ത്രചരിത്രത്തിലെ സുവർണ സ്മാരകമാണ്. കുംഭകോണം ശാരംഗപാണി ക്ഷേത്രത്തിനടുത്താണിത്. തെരുവിൽനിന്നും ഏതാനും ചുവടുകൾ വച്ചാൽ വെള്ളപൂശിയ ഈ വീടിന്റെ പൂമുഖത്തുകയറാം. ഓടുപാകിയ മേൽക്കൂരയെ താങ്ങി നിർത്തുന്ന നീലച്ചായമടിച്ച തൂണുകൾ. ഉയരം കുറഞ്ഞ വാതിൽ കടന്നു ചെന്നാൽ ഇടുങ്ങിയ മൂന്നോ നാലോ മുറികൾ. ഉള്ളിൽ സൂര്യപ്രകാശം ലഭിക്കത്തക്കവണ്ണം ഒരു നടുമുറ്റം – അന്ന് ആ പ്രദേശത്തു നിലനിന്ന ഗൃഹനിർമാണ ശൈലിയിലുള്ള ഒരു വീട്. തോളുരുമ്മി നിന്ന മറ്റുവീടുകൾ ആധുനികതയിലേക്കു ചുവടു മാറ്റിച്ചവിട്ടിയെങ്കിലും ശ്രീനിവാസ രാമാനുജന്റെ വീട് ഇന്നും അതേപടി നിലനിർത്തി സംരക്ഷിക്കപ്പെട്ടുപോരുന്നു.

കുംഭകോണം ആസ്ഥാനമായി പ്രവർത്തിക്കുന്ന 'ശാസ്ത്ര യൂണിവേഴ്സിറ്റി'യാണ് ഓർമകൾ നിറഞ്ഞു നിൽക്കുന്ന ഈ വീട് എറ്റെടുത്ത് മാറ്റങ്ങളൊന്നും വരുത്താതെ സാംസ്കാരിക സ്വത്തായി പരിരക്ഷിച്ചുവരുന്നത്. 2003 ഡിസംബർ 20 ന് ഇന്ത്യൻ പ്രസിഡന്റായിരുന്ന ഡോ. എ പി ജെ അബ്ദുൾകലാം ഇത് ചരിത്രസ്മാരകമായി പ്രഖ്യാപിക്കുകയും,

രാഷ്ട്രത്തിനു സമർപ്പിക്കുകയും ചെയ്തു.

രാമാനുജന്റെ ജീവിതത്തിലെ അവിസ്മരണീയ മുഹൂർത്തങ്ങളെ സംബന്ധിക്കുന്ന ഏറെപ്പഴകിയ ചിത്രങ്ങളും, അദ്ദേഹത്തിന്റെ കരസ്പർശ മേറ്റ അമൂല്യവസ്തുക്കളും, കട്ടിലും നോട്ടുബുക്കുകളുമൊക്കെ ആർക്കും ഏതുനേരവും സന്ദർശിക്കാവുന്ന ഈ മന്ദിരത്തിൽ പ്രദർശിപ്പിച്ചിട്ടുണ്ട്. ഇവിടെ സ്ഥാപിച്ചിരിക്കുന്ന അദ്ദേഹത്തിന്റെ വെങ്കലപ്രതിമ, എട്ടുപതി റ്റാണ്ടുകൾക്കു മുമ്പ് അകാലത്തിൽ നമ്മെ വിട്ടുപിരിഞ്ഞ മഹാനായ ആ ശാസ്ത്രജ്ഞനെ നേരിൽ കാണുന്ന പ്രതീതി ജനിപ്പിക്കും.

ശാസ്ത്രയൂണിവേഴ്സിറ്റിയുടെ പ്രധാന ആസ്ഥാന മന്ദിരത്തിൽ സജ്ജീകരിച്ചിട്ടുള്ള രാമാനുജൻ മ്യൂസിയം വരുംതലമുറകൾക്ക് അനർ ഘനിധിയാണ്. രാമാനുജൻ ഗണിതത്തെപ്പറ്റിയും, ഡിസ്ക്രീറ്റ് മാത്തമ റ്റിക്സിനെപ്പറ്റിയുമുള്ള ആധികാരിക പഠനങ്ങളും ഗവേഷണങ്ങളും ഈ യൂണിവേഴ്സിറ്റിയുടെ നേതൃത്വത്തിൽ വർഷങ്ങളായി നടന്നുവരുന്നു.

3

അത്ഭുതം സൃഷ്ടിക്കുന്ന വിദ്യാർഥി

ശാരംഗപാണിക്ഷേത്രത്തെരുവിൽനിന്നും അധികദൂരമില്ല കുംഭകോണം ടൗൺ ഹൈസ്കൂളിലേക്ക്. ഒരു കാലത്ത് തഞ്ചാവൂർ ജില്ലയിലെ ഏറ്റവും വലിയ സ്കൂളുകളിലൊന്നായിരുന്നു ടൗൺ ഹൈസ്കൂൾ.

ഒരിക്കൽ, വിദ്യാഭ്യാസ-സാമ്പത്തികരംഗങ്ങളിൽ വളരെയേറെ പിന്നോക്കാവസ്ഥയിലായിരുന്നു കുംഭകോണം. ഈ പ്രദേശത്തിന്റെ പൊതുവായ സാംസ്കാരിക നവോത്ഥാനത്തിന് ഈ വിദ്യാലയം വിലമ

ടൗൺ ഹൈസ്കൂൾ കുംഭകോണം

തിക്കാനാവാത്ത സംഭാവനകൾ നൽകിയതായി ചരിത്രം രേഖപ്പെടുത്തുന്നു. കലാ-സാംസ്കാരിക-ശാസ്ത്ര-സാങ്കേതികരംഗങ്ങളിൽ വ്യക്തിമുദ്ര പതിപ്പിച്ച നിരവധി പ്രതിഭാധനന്മാർ ഇവിടെ വിദ്യാർഥികളായുണ്ടായിരുന്നു. ഗണപതി സുബ്ബയ്യൻ, വി രാമചന്ദ്രറാവു, ആർ സ്വാമിനാഥയ്യർ തുടങ്ങി പ്രശസ്തരും പ്രഗത്ഭരും സമാദരണീയരുമായ ഒട്ടനവധി ഗുരുനാഥന്മാർ,. എസ് കൃഷ്ണസ്വാമി അയ്യർ തുടങ്ങി പേരെടുത്ത ഹെഡ്മാസ്റ്റർമാർ, പതിനായിരക്കണക്കിനു പുസ്തകങ്ങളുള്ള വിശാലമായ ലൈബ്രറി, കളിസ്ഥലങ്ങൾ... രാമാനുജന്റെ ചിന്തയുടെ ആകാശങ്ങൾ വിശാലമായത് ടൗൺ ഹൈസ്കൂളിലെ പഠനകാലത്താണ്.

കാലാനുസൃതമായ വലിയ മാറ്റങ്ങളൊന്നും ഇന്നും ഈ വിദ്യാലയത്തിന് ഉണ്ടായിട്ടില്ല. പഴയ ശൈലിയിലുള്ള കെട്ടിടങ്ങൾ. തറയോടുപാകിയ ഇടനാഴികൾ. ഇരുളും വെളിച്ചവും കെട്ടുപിണഞ്ഞു കിടക്കുന്ന ക്ലാസ്സ് മുറികൾ. മുറ്റത്തു തണൽ വിരിച്ചു നിൽക്കുന്ന പേരറിയാത്ത കുറേ പടുവൃക്ഷങ്ങൾ... ഇവയൊക്കെ പഴമയുടെ പ്രതീകമായി അങ്ങനെ നിലകൊള്ളുകയാണ്. രാമാനുജന്റെ എഴുപത്തിഅഞ്ചാം പിറന്നാൾ ദിനമായ 1962 ഡിസംബർ 22-ാം തീയതി അദ്ദേഹം ഇരുന്നുപഠിച്ച ക്ലാസ് മുറിക്ക് 'രാമാനുജൻ ഹാൾ' എന്നു നാമകരണം ചെയ്യുകയുണ്ടായി. ഇന്ത്യൻ തപാൽ വകുപ്പ് 'രാമാനുജൻ സ്മാരക സ്റ്റാമ്പ്' പുറത്തിറക്കിയതും അതേ ദിവസം തന്നെയാണ്.

ഓവർകോട്ടും തൊപ്പിയും ധരിച്ചുനിൽക്കുന്ന രാമാനുജന്റെ ഒരു അർധകായ പ്രതിമ സ്കൂൾ അങ്കണത്തിൽ സ്ഥാപിച്ചിരിക്കുന്നു. കേംബ്രിഡ്ജ് യൂണിവേഴ്സിറ്റി അദ്ദേഹത്തിന് ബിരുദം നൽകിയ വേളയിൽ എടുത്ത ഒരു ഫോട്ടോ ആധാരമാക്കി രൂപകൽപ്പന ചെയ്തതാണിത്.

1897 -ൽ നടന്ന ഹൈസ്കൂൾ പ്രവേശനപരീക്ഷയിൽ തഞ്ചാവൂർ ജില്ലയിൽ ഏറ്റവും കൂടുതൽ മാർക്ക് ലഭിച്ചത് രാമാനുജനാണ്. അതുകാരണം ടൗൺ ഹൈസ്കൂൾ പഠനകാലത്ത് ഫീസ് ഇളവുകളും മറ്റ് ആനുകൂല്യങ്ങളും അദ്ദേഹത്തിന് ലഭിച്ചു വന്നു.

അക്കാലത്ത് ആറാം ക്ലാസുമുതൽ യൂക്ലിഡിന്റെ ജ്യാമിതി പഠിക്കേണ്ടതുണ്ടായിരുന്നു. എന്നാൽ ഈ വിഷയം രാമാനുജനൊഴികെ മറ്റു കുട്ടികൾക്ക് പിടികിട്ടിയിരുന്നില്ല. ഗണിതവിഷയങ്ങളിൽ സഹപാഠികൾക്കുണ്ടായിക്കൊണ്ടിരുന്ന സംശയങ്ങളെല്ലാം ദൂരീകരിച്ചത് രാമാനുജനായിരുന്നു.

ഏഴാംക്ലാസിലെ അങ്കഗണിത ക്ലാസാണു രംഗം. അധ്യാപകൻ ക്ലാസെടുക്കുകയാണ്.

മൂന്നു പഴം മൂന്നുപേർക്കു സമമായി വീതിച്ചാൽ ഒരാൾക്ക് ഒരു പഴം കിട്ടും.

ആയിരം പഴം ആയിരംപേർക്കു വീതിച്ചാലും ഓരോരുത്തർക്കും ഓരോ പഴം കിട്ടും

ചുരുക്കത്തിൽ, ഏതു സംഖ്യയേയും അതേ സംഖ്യകൊണ്ട് ഹരിച്ചാൽ ഫലം ഒന്നു തന്നെ.

അധ്യാപകൻ പറഞ്ഞു നിർത്തി. കുട്ടികൾ തലകുലുക്കി. എന്നാൽ രാമാനുജനു മാത്രം സംശയം ബാക്കി നിന്നു. രാമാനുജൻ ചോദിച്ചു:

“സർ, പൂജ്യം പഴം പൂജ്യം പേർക്കു വീതിച്ചാലും ഓരോരുത്തർക്കും ഓരോ പഴം കിട്ടുമോ?”

“പൂജ്യത്തെ പൂജ്യം കൊണ്ടു ഹരിച്ചാൽ ഫലം ഒന്നാണോ?” ഏഴാം ക്ലാസുകാരനായ ഈ കൊച്ചുകുട്ടിയുടെ ചോദ്യത്തിനു മുന്നിൽ പ്രഗത്ഭനായ ആ അധ്യാപകന് അന്നും ഉത്തരമില്ലാതെ പരുങ്ങേണ്ടിവന്നു.

അയൽക്കാരനായ ഒരു കോളേജ് വിദ്യാർഥി ഒരിക്കൽ രാമാനുജന്റെ പാണ്ഡിത്യം പരീക്ഷിക്കാനെത്തിയ കഥയും രസാവഹമാണ്. അയാളുടെ ചോദ്യം ഇതായിരുന്നു.

$$\sqrt{x} + y = 7$$

$$\sqrt{y} + y = 11$$ എങ്കിൽ x എത്ര? y എത്ര? "x = 9, y = 4"

നിമിഷാർഥംകൊണ്ട് ഉത്തരം നൽകി അദ്ദേഹം ചോദ്യകർത്താവിനെ അമ്പരപ്പിച്ചുകളഞ്ഞു. എട്ടാംക്ലാസിൽ പഠിക്കുമ്പോൾ തന്നെ ബിരുദക്ലാസുകളിൽ പഠിപ്പിച്ചിരുന്ന ത്രികോണമിതി, ബീജഗണിതം, അങ്കഗണിതം എന്നിവയിൽ രാമാനുജൻ പ്രായത്തിൽ കവിഞ്ഞ പ്രാവീണ്യം നേടിക്കഴിഞ്ഞിരുന്നു.

കുംഭകോണം ഹൈസ്കൂളിലെ ‘രാമാനുജൻ ഹാൾ’

അന്നൊരുദിവസം *എ സിനോപ്സിസ് ഓഫ് എലിമെന്ററി റിസൾട്ട്സ് ഇൻ പ്യൂർ ആന്റ് അപ്ലൈഡ് മാത്തമാറ്റിക്സ്* എന്ന ഒരു പുസ്തകം രാമാനുജൻ കാണാനിടയായി. കുംഭകോണം ഗവ.കോളേജ് ലൈബ്രറിയിൽനിന്നും ഒരു സ്നേഹിതനാണ് ഈ പുസ്തകം രാമാനുജനു നൽകിയത്. ബീജഗണിതം, ട്രിഗണോമിട്രി, കാൽക്കുലസ്, അനലിറ്റിക്കൽ ജ്യോമിട്രി എന്നിവയിൽനിന്നും വേണ്ടത്ര വിശദീകരണമോ തെളിവുകളോ ഇല്ലാത്ത 6165 സിദ്ധാന്തങ്ങൾ ഉൾപ്പെടുത്തിയ ഈ പുസ്തകം, രാമാനുജനെ സംബന്ധിച്ചിടത്തോളം ഗണിതകൗതുകങ്ങളുടെ മായാ പ്രപഞ്ചമായിരുന്നു.

ഈ പുസ്തകത്തിൽ ഉൾപ്പെടുത്തിയിട്ടുള്ള എല്ലാ പ്രമേയങ്ങളും അദ്ദേഹം ഓരോന്നോരോന്നായി ഇഴകീറി വിശകലനം ചെയ്തു. രാമാനുജന്റെ പിൽക്കാലത്തെ ഗവേഷണ നിരീക്ഷണങ്ങൾക്ക് പ്രചോദനവും അടിസ്ഥാനവുമായത് ജോർജ് ഷൂ ബ്രിഡ്ജ്കാർ എന്ന ഗണിതാധ്യാപകൻ രചിച്ച ഈ പുസ്തകമായിരുന്നുവത്രേ. ഇതിൽ ചേർത്തിട്ടുള്ള സങ്കീർണങ്ങളായ പ്രശ്നങ്ങളുടെ കുരുക്കഴിക്കുന്നതിൽ അദ്ദേഹം നൂറുശതമാനവും വിജയിക്കുകയും ചെയ്തു. ഇക്കാര്യത്തിൽ അധ്യാപകരുടെ മാർഗനിർദേശങ്ങളോ, മറ്റു ഗ്രന്ഥങ്ങളുടെ സഹായമോ ഒന്നും ഉണ്ടായിരുന്നില്ല എന്നതും അത്ഭുതമുളവാക്കുന്നു. ക്ലാസിലേക്കുള്ള മറ്റുവിഷയങ്ങളുടെ പഠനത്തിനു പുറമേയാണ് രാമാനുജൻ ഈ വക കാര്യങ്ങൾ ചെയ്തുതീർത്തതെന്നും ഓർക്കേണ്ടതുണ്ട്.

കാറിന്റെ ഈ പുസ്തകം അത്രമികച്ചതല്ല എന്ന് അഭിപ്രായമുണ്ടെങ്കിലും, വിസ്മൃതിയിലാണ്ടു പോകുമായിരുന്ന ഈ ഗ്രന്ഥത്തെ പ്രശസ്തമാക്കിയത് രാമാനുജനാണ്.

പഴയ സ്ലേറ്റിലാണ് രാമാനുജൻ ഗണിതക്രിയകൾ ചെയ്യാറ്. ചിലപ്പോൾ മാത്രം കടലാസുകഷണങ്ങളിൽ കുറിച്ചുവെക്കും. ഈ കടലാസുകഷണങ്ങളുടെ സമാഹാരമാണ് പിൽക്കാലത്ത് ഗണിതശാസ്ത്ര വിജ്ഞാനശാഖയ്ക്ക് രത്നഖനിയായിത്തീർന്ന *രാമാനുജന്റെ നോട്ടുബുക്കുകൾ.*

മാന്ത്രിക ചതുരങ്ങൾ (മാജിക് സ്ക്വയേഴ്സ്) രൂപകൽപ്പന ചെയ്യുന്നതിനുള്ള വിവിധമാർഗങ്ങളായിരുന്നു രാമാനുജന്റെ മറ്റൊരു കണ്ടുപിടിത്തം. ഒരു വൃത്തം ഉൾക്കൊള്ളുന്ന വിസ്തൃതിക്ക് തുല്യവിസ്തൃതി സമചതുരം കണ്ടെത്തിയതും സ്കൂൾ പഠനകാലത്തു തന്നെ. തികച്ചും അസാധ്യമെന്ന് ഗ്രീക്കുകാർപോലും കരുതിയിരുന്ന പ്രശ്നമാണിത്. തന്റേതായ മാർഗങ്ങളിലൂടെ ഭൂമധ്യരേഖയുടെ നീളവും അദ്ദേഹത്തിന് അനായാസം നിർണയിക്കാനായി. ഈ നീളത്തിനും യഥാർഥ നീളത്തിനും തമ്മിൽ നിസ്സാരമായ വ്യത്യാസമേ ഉണ്ടായിരുന്നുള്ളൂ.

ക്ഷേത്രഗണിതത്തേക്കാൾ ബീജഗണിതത്തിലായിരുന്നു രാമാനുജനു താൽപ്പര്യം. ഗണിതേതര വിഷയങ്ങളിൽ പ്രതീക്ഷയ്ക്കൊത്ത് എത്തിയില്ലെങ്കിലും ഉയർന്ന മാർക്കോടെയാണ് അദ്ദേഹം പത്താംക്ലാസു പാസാ

യത്. സമർത്ഥനായ ഈ കുട്ടിയെ അനുമോദിച്ചുകൊണ്ട് ടൗൺ ഹൈസ്കൂൾ ഹെഡ്മാസ്റ്റർ ഇങ്ങനെ പറഞ്ഞു:

"ഗണിതശാസ്ത്രത്തിൽ അത്ഭുതകരമായ കഴിവുള്ള രാമാനുജന് നൂറുശതമാനത്തിലുമധികം മാർക്ക് നൽകേണ്ടതാണ്."

രാമാനുജന്റെ വീട്ടിൽ പട്ടിണിയും കഷ്ടപ്പാടുകളും കൊടികുത്തിവാണകാലമായിരുന്നു അത്. എന്നാൽ രാമാനുജന് അതിലൊന്നും പരാതിയോ പരിഭവമോ ഉണ്ടായിരുന്നില്ല. വിശക്കുന്നവന് ഭക്ഷണം എന്നപോലെയായിരുന്നു അദ്ദേഹത്തിനു ഗണിതശാസ്ത്രവും അതിലെ പ്രശ്നങ്ങളും. അവ അദ്ദേഹത്തിന് ഉന്മേഷവും ഊർജവും നൽകി വന്നു.

വീട്ടിൽ മറ്റ് അംഗങ്ങളില്ലാത്ത നേരത്ത് അയലത്തു താമസിച്ചിരുന്ന ഒരു വൃദ്ധ രാമാനുജന് ഇടയ്ക്കിടെ ഭക്ഷണം നൽകിവന്നതായി പറയപ്പെടുന്നുണ്ട്. എന്തായാലും നല്ല വസ്ത്രമോ ഭക്ഷണമോ ആയിരുന്നില്ല ഗണിതപ്രശ്നങ്ങളും അവയുടെ ഉത്തരങ്ങളുമായിരുന്നു രാമാനുജന്റെ ചിന്തയിലും സ്വപ്നങ്ങളിലും സദാ നിറഞ്ഞുനിന്നത്.

4

ഗണിതത്തിൽ സമർഥൻ – പക്ഷേ

കുംഭകോണം ഗവ. കോളേജിൽ എഫ് എ ക്കു ചേർന്ന് രാമാനുജൻ പഠനം തുടർന്നു. ഗണിതശാസ്ത്രം, ഇംഗ്ലീഷ്, ഫിലോസഫി, ബയോളജി, ബോട്ടണി, ഹിസ്റ്ററി എന്നിവയ്ക്കു പുറമേ ഉപഭാഷയായി സംസ്കൃതവും അവിടെ പഠനവിഷയങ്ങളായിരുന്നു.

ഇഷ്ടവിഷയമായ ഗണിതശാസ്ത്രത്തിലൊഴിച്ച് മറ്റൊന്നിലും അദ്ദേഹം ലവലേശം താൽപ്പര്യം കാണിച്ചിരുന്നില്ല. സയൻസ് ക്ലാസുകളിൽ തവളയുടെ ശരീരം അറുത്തുമുറിക്കുന്നതും മറ്റും യാഥാസ്ഥിതിക ചുറ്റുപാടുകളിൽ ജനിച്ചുവളർന്ന അദ്ദേഹത്തിന് ചിന്തിക്കാൻ പോലും പറ്റിയ കാര്യമായിരുന്നില്ല.

പ്രൊഫസറോട് അദ്ദേഹം ഒരിക്കൽ ചോദിച്ചു.

"സർ, നമ്മളെല്ലാം പൊട്ടക്കുളത്തിലെ തവളകളായതുകൊണ്ടല്ലേ നിർദോഷികളായ ഈ ജീവികളെ ഇങ്ങനെ നിഷ്കരുണം കൊന്നുകളയുന്നത്? ഇതു മഹാപാപമല്ലേ?"

ദഹനത്തേയും, ദഹനരസത്തേയും സംബന്ധിച്ചുള്ള ചോദ്യത്തിന് അദ്ദേഹം ഇങ്ങനെ ഉത്തരമെഴുതി.

"ദഹനവും ദഹനരസവും എനിക്കു ദഹിക്കുന്ന വിഷയങ്ങളല്ല, ക്ഷമിക്കണം."

പേരുപോലും എഴുതാതെയാണ് അദ്ദേഹം ഉത്തരക്കടലാസ്സ് മടക്കി നൽകിയത്. എന്നാൽ ഈ ഉത്തരം ആരുടേതെന്നു കണ്ടുപിടിക്കാൻ അധ്യാപകർക്ക് ഒട്ടും പണിപ്പെടേണ്ടി വന്നില്ല.

പിൻസീറ്റിലിരിക്കുന്ന രാമാനുജൻ ക്ലാസുകൾ ശ്രദ്ധിച്ചതേയില്ല. എന്നാൽ കണക്കുക്ലാസുകളിൽ അധ്യാപകർക്കുണ്ടാകുന്ന ചെറിയ ചെറിയ അബദ്ധങ്ങൾ പോലും അദ്ദേഹം ചൂണ്ടിക്കാണിക്കുമായിരുന്നു. പത്തോ

പന്ത്രണ്ടോ സ്റ്റെപ്പുകൊണ്ട് അധ്യാപകൻ ചെയ്തുതീർക്കുന്ന കണക്കുകൾ കേവലം നാലു സ്റ്റെപ്പുകൊണ്ട് അദ്ദേഹം ചെയ്തുതീർക്കും. ഏതു വലിയ സംഖ്യയുടേയും ഗുണനഫലവും വർഗമൂലവും കണ്ടെത്താൻ അദ്ദേഹത്തിന് ഒരു നിമിഷം മതിയാകുമായിരുന്നു. 'പൈ'യുടെ മൂല്യം അഞ്ചു ദശാംശംവരെ കൃത്യമായി നിർണയിച്ച് ഈ ബാലൻ തലമുതിർന്ന ഗണിതാധ്യാപകരെപ്പോലും പിന്നിലാക്കിക്കളഞ്ഞു.

ഉയർന്ന ക്ലാസുകളിലെ പാഠഭാഗങ്ങൾ പലതും രാമാനുജന് വെറും മനക്കണക്കുകളായിരുന്നു. സീനിയർ വിദ്യാർഥികളും പലപ്പോഴും അധ്യാപകരും ഈ കുട്ടിയുടെ ഉപദേശം തേടിച്ചെന്നു.

കോളേജിലെ ഗണിതശാസ്ത്രവകുപ്പു മേധാവി പി ശിങ്കാരവേലു മുതലിയാർ, അധ്യാപകരായ പ്രൊഫസർ എൻ രാമാനുജാചാരി എന്നിവരുമായിട്ടായിരുന്നു ഈ വിദ്യാർഥിയുടെ ചങ്ങാത്തം. ഗണിതവിഷയങ്ങളിലുള്ള ചർച്ചകളും സംവാദങ്ങളുമായിരുന്നു ഇവരുടെ മുഖ്യവിനോദം. സമപ്രായക്കാരൻ എന്ന നിലയ്ക്കാണ് ഈ അധ്യാപകർ രാമാനുജനെ കാണക്കാക്കിയിരുന്നത്. എന്നാൽ ഈ കുട്ടി മുന്നോട്ടു വെക്കുന്ന പല വിഷയങ്ങൾക്കും പ്രഗത്ഭരായ ഈ അധ്യാപകർക്ക് ഉത്തരമില്ലായിരുന്നു.

'അത്ഭുത പ്രതിഭാസം' അധ്യാപകർക്കും വിദ്യാർഥികൾക്കുമിടയിൽ ശ്രീനിവാസ രാമാനുജൻ അറിയപ്പെട്ടത് ഇങ്ങനെയാണ്.

5

ഗണിതശാസ്ത്രം - ഭ്രാന്തമായ ആവേശം

ഒന്നാംവർഷ എഫ് എ പരീക്ഷയിൽ രാമാനുജൻ ദയനീയമായി പരാജയപ്പെട്ടു. ഹൈസ്കൂൾ ക്ലാസുകളിലെ ഇംഗ്ലീഷിനും കണക്കിനുമുള്ള മാർക്കിന്റെ അടിസ്ഥാനത്തിൽ ലഭിച്ചുകൊണ്ടിരുന്ന 'സുബ്രഹ്മണ്യൻ സ്കോളർഷിപ്പും' അതോടെ നഷ്ടമായി. സ്കോളർഷിപ്പു തുകയിൽ നല്ലൊരു പങ്ക് വീട്ടിലെ ദൈനംദിന ചെലവുകൾക്ക് എടുത്തിരുന്നു എന്നതിനാൽ ഇതുകാരണം വീട്ടിലും ബുദ്ധിമുട്ടായി.

വിവിധ പ്രശ്നങ്ങൾ സ്വൈര്യം കെടുത്തിയതോടെ രാമാനുജന്റെ പഠനം പൂർണമായും മുടങ്ങി. ഇടയ്ക്കു നാടുവിട്ടു. ആന്ധ്രയിൽ ചിലയിടത്തൊക്കെ അലഞ്ഞുനടന്നു. പട്ടിണിസഹിക്കാനാവാതെയായപ്പോൾ നാട്ടിൽ തിരിച്ചെത്തി. പഠനം വീണ്ടും തുടർന്നെങ്കിലും എന്തിലും ഏതിലും താൽപ്പര്യമുണ്ടായിരുന്നില്ല. വീട്ടിൽ ഏകാന്തതയിലിരുന്ന് മനോരാജ്യങ്ങളിൽ മുഴുകും. ഹാജർ തികയാതെ വന്നതിനാൽ ആ വർഷത്തെ പരീക്ഷ അദ്ദേഹത്തിന് എഴുതാനായില്ല.

ചില സഹപാഠികളുടെ സമ്മർദത്തിനു വഴങ്ങി 1906 - ൽ അദ്ദേഹം മദ്രാസിലെ വിഖ്യാതമായ പച്ചയ്യപ്പാസ് കോളേജിൽ ചേർന്ന് എഫ് എ പഠനം പുനരാരംഭിച്ചു. ഗണിതശാസ്ത്രത്തിൽ രാമാനുജന്റെ അനിതരസാധാരണമായ പ്രാഗത്ഭ്യം മനസിലാക്കിയിരുന്ന കോളേജ് അധികൃതർ ഫീസ് ഇനത്തിൽ ധാരാളം ഇളവുകൾ അദ്ദേഹത്തിനു വാഗ്ദാനം ചെയ്തിരുന്നു.

രാമാനുജന്റെ വീട്ടിലെ അവസ്ഥ അതീവ ദയനീയമായിത്തന്നെ തുടർന്നു. ഇടയ്ക്കിടെ ദൂരദേശക്കാരായ ഒന്നോ രണ്ടോ വിദ്യാർഥികളെ രാമാനുജന്റെ വീട്ടിൽ വാടകയ്ക്കു താമസിപ്പിച്ചിരുന്നു. ആ ഇനത്തിൽ ലഭിച്ചു വന്ന തുച്ഛമായ പണത്തിൽ അൽപ്പം മിച്ചം പിടിച്ചാണ് അമ്മ വീട്ടുകാര്യങ്ങൾ നടത്തി വന്നത്.

മദ്രാസിൽ ജോർജ് ടൗണിലെ ഒരു പഴയവീട്ടിലായിരുന്നു രാമാനുജൻ താമസിച്ചത് കാറ്റും വെളിച്ചവും കടന്നു ചെല്ലാത്ത, വീടെന്നു കഷ്ടിച്ചു പറയാവുന്ന ഒരു ഇടുങ്ങിയ കൂരയായിരുന്നു അത്.

മുണ്ടും ഷർട്ടും ഓവർക്കോട്ടും തൊപ്പിയുമായിരുന്നു പച്ചയ്യപ്പാസിലെ യൂണിഫോം. ഒരു ദിവസം തൊപ്പിധരിക്കാതെ രാമാനുജൻ ക്ലാസിൽ കയറിച്ചെന്നു – യാത്രയ്ക്കിടെ തൊപ്പി എവിടെയോ നഷ്ടപ്പെട്ടുപോയിരുന്നു. പൊതുവേ അലസനായിരുന്ന രാമാനുജൻ തൊപ്പിധരിക്കാൻ മറന്നതാണെന്നു കരുതി അധ്യാപകൻ ക്ഷുഭിതനായി.

നിസ്സാരമായ രണ്ടോ മൂന്നോ അണ കൊടുത്താൽ തൊട്ടപ്പുറത്തെ കടയിൽ തൊപ്പി കിട്ടുമല്ലോ, എന്നായി അധ്യാപകൻ. അതിന് രാമാനുജന്റെ മറുപടി ഇതായിരുന്നു.

“നിസ്സാരമെങ്കിലും ഈ തുക എനിക്കു വളരെ വലുതാണു സാർ, ഒരു പുതിയ തൊപ്പി വാങ്ങാനുള്ള സാമ്പത്തികശേഷി ദരിദ്രനായ എനിക്കില്ല.”

ദയനീയാവസ്ഥ ബോധ്യപ്പെട്ട അധ്യാപകൻ തൊപ്പിധരിക്കാതെ ക്ലാസിൽ കയറിയിരിക്കുവാൻ ആ കുട്ടിയെ അനുവദിച്ചു.

രാമാനുജന്റെ കാൽമുട്ടുകൾ കറുത്തും പരുപരുത്തുമാണിരുന്നത്. സ്ലേറ്റിൽ കണക്കു ചെയ്യുമ്പോൾ കാൽമുട്ടുകൾ കൊണ്ടാണ് അദ്ദേഹം തുടയ്ക്കാറ്. തുണിയോ കടലാസോ എടുത്ത് സ്ലേറ്റു തുടയ്ക്കാനുള്ള ക്ഷമ അദ്ദേഹത്തിനുണ്ടായിരുന്നില്ല. നിരന്തരമായ ഈ പ്രക്രിയയാണ് കാൽമുട്ടുകളെ വികൃതമാക്കിയത്.

“കണക്കുചെയ്യാൻ കടലാസ് ഉപയോഗിച്ചുകൂടേ?” ഒരിക്കൽ ഒരു സുഹൃത്തു ചോദിച്ചു.

“എനിക്കു മാസംതോറും നാലുറീം പേപ്പർ വേണം. ഒരു നേരത്തെ ഭക്ഷണംപോലും പ്രശ്നമാകുമ്പോൾ, കടലാസിനുള്ള പണം ഞാൻ എവിടെ നിന്നുണ്ടാക്കാനാണ്.” – രാമാനുജന്റെ മറുപടി ഇതായിരുന്നു.

റോഡരികിൽ നിക്ഷേപിച്ചിരുന്ന ചപ്പുചവറു കൂമ്പാരത്തിൽ രാമാനുജൻ എന്തോ പരതുന്നത് ഒരു സുഹൃത്തു കാണാനിടയായി. കാരണം ചോദിച്ചപ്പോൾ ‘കണക്കു ചെയ്യാൻ കുറച്ചു കടലാസു വേണ്ടിയിരുന്നു’ എന്നായിരുന്നു മറുപടി. ഒരു പേജ് എഴുതിത്തീർന്നശേഷം മറ്റൊരു നിറത്തിലുള്ള മഷികൊണ്ട് അതിന്റെ പുറത്തു തുടർന്നെഴുതുന്ന ശീലവും അദ്ദേഹത്തിനുണ്ടായിരുന്നു.

ജീവിതസാഹചര്യങ്ങൾ പ്രതികൂലമായിരിക്കുമ്പോഴും ഗണിതശാസ്ത്രത്തിൽ ഭ്രാന്തമായ ആവേശമായിരുന്നു രാമാനുജന്. ഉറക്കമിളച്ചുള്ള വരയും കുറിയും കണ്ടു സഹികെട്ട് വീട്ടുകാർ ദേഷ്യപ്പെടുമ്പോൾ അദ്ദേഹം കട്ടിലിനടിയിൽ ഒളിച്ചിരുന്ന് അതു തുടരും. എഴുതിക്കൂട്ടിയ കടലാസുകഷണങ്ങൾ വീട്ടുകാർ കാണാതെ തട്ടിനുമുകളിൽ നിക്ഷേപിക്കാറാണു പതിവ്.

ദേഹാസ്വാസ്ഥ്യങ്ങളെത്തുടർന്ന് അപ്രാവശ്യവും രാമാനുജന് പഠനം പൂർത്തീകരിക്കാനായില്ല. കുംഭകോണത്തേക്കു തന്നെ മടങ്ങി. ഒരു വർഷത്തിനുശേഷം അച്ഛന്റെ നിർബന്ധത്തിനു വഴങ്ങി ഒന്നുകൂടി പരീക്ഷ എഴുതിയെങ്കിലും അതും പരാജയത്തിലാണു കലാശിച്ചത്.

മൂന്നു മണിക്കൂറിന്റെ കണക്കുപരീക്ഷ വെറും അരമണിക്കൂറുകൊണ്ടാണ് രാമാനുജൻ എഴുതിത്തീർത്തത്. കണക്കിന് നൂറുശതമാനം മാർക്കുണ്ടായിരുന്നു എങ്കിലും മറ്റുവിഷയങ്ങൾക്ക് മാർക്കു തീരെ കുറവായിരുന്നു.

എഫ് എ പരീക്ഷകഴിഞ്ഞ് മദ്രാസ് സർവകലാശാലയിൽ ചേർന്നു പഠിക്കണമെന്ന അദ്ദേഹത്തിന്റെ ചിരകാല സ്വപ്നം അതോടെ തകർന്നു പോയി.

എന്നാൽ, വർഷങ്ങൾക്കുശേഷം 1919 – ൽ ഇംഗ്ലണ്ടിലെ ഉപരിപഠനം കഴിഞ്ഞു തിരിച്ചുവന്ന ശ്രീനിവാസ രാമാനുജനെ ഗണിതശാസ്ത്ര പ്രൊഫസറായി നിയമിക്കാൻ മദ്രാസ് സർവകലാശാല തീരുമാനമെടുത്തിരുന്നു. ഒരിക്കൽ, അവിടെ ഒരു വിദ്യാർഥിയാകാനുള്ള അദ്ദേഹത്തിന്റെ അടങ്ങാത്ത മോഹം തട്ടിയെറിഞ്ഞ വിധിയോടുള്ള മധുരതരമായ പകരം വീട്ടലാകുമായിരുന്നു ഒരുപക്ഷേ, ആ സ്ഥാനലബ്ധി. – എന്നാൽ അതും സംഭവിച്ചില്ല.

7

പട്ടിണിയും ഗവേഷണവും

ആയിരത്തി തൊള്ളായിരത്തി ഏഴു മുതൽ രാമാനുജൻ സ്വന്തം നാടായ കുംഭകോണത്തുതന്നെയായിരുന്നു. ഗണിതവിഷയങ്ങളിലുള്ള പഠനവും കുത്തിക്കുറിക്കലുമല്ലാതെ യാതൊരു വരുമാനമാർഗവും അദ്ദേഹത്തിന് അന്നുണ്ടായിരുന്നില്ല.

എന്നാൽ, സമീപപ്രദേശത്തെ അധ്യാപകർക്കും വിദ്യാർഥികൾക്കുമിടയിൽ രാമാനുജൻ സുപരിചിതനായിത്തീർന്നിരുന്നു. പരീക്ഷാവേളകളിൽ വിഷമംപിടിച്ച ചോദ്യങ്ങളുമായി വിദ്യാർഥികൾ അദ്ദേഹത്തെ തേടിച്ചെല്ലുക പതിവായി. അധ്യാപകവൃത്തി അദ്ദേഹത്തിന് ഇഷ്ടമുള്ള കൃത്യവുമായിരുന്നു.

പഠിപ്പിക്കേണ്ട വിഷയങ്ങളിൽ മുൻകൂർ തയാറെടുപ്പോ നോട്ടുകുറിപ്പോ ഒന്നും അദ്ദേഹത്തിനു പതിവുണ്ടായിരുന്നില്ല. കാൽക്കുലസ് പഠിക്കാൻ ചെന്ന ഒരു വിദ്യാർഥിയെ അനന്തതയെപ്പറ്റിയും ശൂന്യതയെപ്പറ്റിയുമൊക്കെ പഠിപ്പിച്ചുതുടങ്ങിയെന്നും, ഈവക കാര്യങ്ങൾ പരീക്ഷയ്ക്കു പ്രയോജനപ്പെടില്ലെന്നും കണ്ട് ആ വിദ്യാർഥി രാമാനുജന്റെ ശിഷ്യത്വം മതിയാക്കി സ്ഥലംവിട്ടുവെന്നും ഒരു കഥയുണ്ട്. അതേസമയം മറ്റൊരു വിഭാഗം കുട്ടികൾക്ക്, വളരെ ലളിതമായി അദ്ദേഹം കാൽക്കുലസ് പഠിപ്പിച്ചുകൊടുക്കുകയും, അവർക്ക് അത് അതീവഹൃദ്യമായിത്തീരുകയും ചെയ്തു.

വളരെ സങ്കീർണങ്ങളായ ഗണിതക്രിയകൾ അതിശയകരമായ വേഗത്തിലും കൃത്യതയോടെയും ചെയ്യുന്ന രാമാനുജന്, ഏതോ അമാനുഷികശക്തിയുണ്ടെന്നുപോലും നാട്ടുകാർക്കിടയിൽ സംസാരമുണ്ടായിരുന്നു. തനിക്കുമാത്രം അറിയാവുന്ന ചില വഴികളിലൂടെയാണ് രാമാനുജൻ ഗണിതക്രിയകൾ ചെയ്തു വന്നത്. ക്രിയാരീതികൾ അടിക്കടി മാറി

ക്കൊണ്ടിരിക്കും. പലതും രണ്ടാമത് എഴുതുമ്പോൾ സമൂലം മാറിയെന്നിരിക്കും. ചിലപ്പോൾ വിഷയംതന്നെ വഴിവിട്ടു കാടുകയറും. ഉപദേശം തേടി തന്നെ സമീപിക്കുന്നവരോട് അതീവവിനയത്തോടും ഭയഭക്തി ബഹുമാനത്തോടും കൂടിയല്ലാതെ അദ്ദേഹം പെരുമാറിയിരുന്നില്ല. ലോക പ്രശസ്തനായിത്തീർന്ന അവസാനകാലത്തുപോലും ഈ പ്രകൃതം മാറ്റമൊന്നുമില്ലാതെ തുടർന്നുവന്നു.

കുംഭകോണത്തു താമസിച്ചിരുന്ന കാലത്ത് രാമാനുജൻ പൊതുവേ ആരോഗ്യവാനായിരുന്നു. ഇരുനിറത്തിൽ അധികം പൊക്കമില്ലാത്ത ആ യുവാവിന്റെ രൂപം ഏറെക്കുറെ ആകർഷകമായിരുന്നു. ബുദ്ധി ദ്യോതിപ്പിക്കുന്ന തിളക്കമുള്ള കണ്ണുകളായിരുന്നു ഏറ്റവും വലിയ പ്രത്യേകത, വസൂരിക്കലകളുള്ള മാംസളമായ വലിയമുഖം, വിസ്തൃതമായ നെറ്റിയിലേക്കു വീണു കിടക്കുന്ന ഇടതൂർന്ന കറുകറുത്ത തലമുടി, അറ്റം കൂർത്തു പരന്ന മൂക്ക്, പഞ്ഞിപോലെ മൃദുവായ കൈപ്പത്തി, ഉപ്പൂറ്റി തറയിലൂന്നാതെ ഒരു വശം ചരിഞ്ഞ് വളരെ സാവധാനത്തിലുള്ള നടത്തം – ഇത്രയുമായാൽ രാമാനുജന്റെ ഏകദേശരൂപമായി. മുണ്ടുടുത്ത് മറ്റൊരു തുണികൊണ്ട് ശരീരവും മറച്ചു നടന്നിരുന്ന അദ്ദേഹം ഷർട്ടോ ചെരുപ്പോ ധരിക്കുമായിരുന്നില്ല.

പട്ടിണിയും ദാരിദ്ര്യവും ഏറെ സഹിച്ചാണ് മാതാപിതാക്കൾ രാമാനുജനെ പഠിക്കാനയച്ചത്. മകനെ ഒരു വലിയ ഉദ്യോഗസ്ഥനായി കാണാൻ അവർ ആഗ്രഹിച്ചു. എന്നാൽ ഗണിതപാഠമൊഴിച്ചുള്ള മറ്റു കാര്യങ്ങളിൽ രാമാനുജൻ പ്രകടിപ്പിച്ചുവന്ന നിസ്സംഗതയും അലസതയും അവരെ അങ്ങേയറ്റം നിരാശപ്പെടുത്തിക്കൊണ്ടിരുന്നു.

എന്നാൽ രാമാനുജന്റെ ജീവിതത്തിലെ സുവർണകാലമായിരുന്നു ഇതെന്ന് അദ്ദേഹത്തിന്റെ ജീവചരിത്രകാരനും സഹപാഠിയുമായിരുന്ന പ്രൊഫ. എസ് ആർ രങ്കനാഥൻ ഓർമിക്കുന്നു.

പരീക്ഷകളിൽ നിരന്തരമായുണ്ടായ പരാജയവും വീട്ടിലെ ദാരിദ്ര്യവും അതുമൂലമുണ്ടായ ജീവിതനൈരാശ്യവും ശ്രീനിവാസരാമാനുജന്റെ ഗണിതശാസ്ത്ര പ്രേമത്തെ ഒട്ടും പിന്നോക്കം കൊണ്ടുപോയില്ല. ഈ കാലയളവിലാണ് ഗണിതശാസ്ത്ര പഠനങ്ങളിൽ അദ്ദേഹം കൂടുതൽ ആണ്ടിറങ്ങിയത്.

ഏറെക്കുറെ ദുർഗ്രഹവും ദുർഘടവുമായ മാന്ത്രികചതുരത്തെപ്പറ്റിയും കണ്ടിന്യൂസ് ഫ്രാക്ഷൻസിനെപ്പറ്റിയും ഹൈപ്പർ ജ്യോമട്രിക്കൽ സീരീസിനെപ്പറ്റിയും എലിപ്റ്റിക്കൽ ഇന്റഗ്രൽസിനെപ്പറ്റിയുമൊക്കെ പുതുമയാർന്ന കണ്ടെത്തലുകളാണ് അദ്ദേഹം ഈ സമയത്തു നടത്തിയത്. ഈ കണ്ടെത്തലുകളിൽ ചിലത് പണ്ടു മറ്റുള്ളവർ കണ്ടെത്തിയതാണെങ്കിലും ഉന്നതവിദ്യാഭ്യാസമോ ഗവേഷണ സൗകര്യങ്ങളോ ഇല്ലാത്ത രാമാനുജന്റെ ഈ കണ്ടുപിടിത്തങ്ങൾ ശാസ്ത്രലോകത്തെയാകമാനം അത്ഭുതപ്പെടുത്തും വിധമായിരുന്നു.

1912–ൽ രാമാനുജൻ സ്വയം കണ്ടെത്തിയ കുറേ ഗണിതഫലങ്ങൾ,

കാങ്ഗയൻ സ്കൂൾ

വർഷങ്ങൾക്കു മുമ്പ് പ്രൊഫ. എൽ ജെ റോജേർസ് എന്ന ഗണിതശാസ്ത്രജ്ഞൻ കണ്ടെത്തിയതാണ്. ഇരുവരുടേയും ഗണിതഫലങ്ങൾ പിന്നീട് *റോജേർസ് - രാമാനുജൻ സമവാക്യങ്ങൾ* എന്ന പേരിൽ ക്രോഡീകരിച്ചു പ്രസിദ്ധം ചെയ്തത് ജി എച്ച് ഹാർഡിയാണ്. രാമാനുജന്റെ കണ്ടുപിടിത്തങ്ങളിൽ പലതും റോജേർസിനെ കവച്ചുവെക്കുന്നവയാണെന്നാണ് ഹാർഡിയുടെ അഭിപ്രായം.

സ്വയം സ്വരൂപിച്ചെടുക്കുന്ന ഗണിതസൂത്രങ്ങൾ പല നോട്ടുബുക്കുകളിലായി അദ്ദേഹം കൃത്യമായി രേഖപ്പെടുത്തി വയ്ക്കാറുണ്ടായിരുന്നു. അതു പിൻതലമുറയ്ക്ക് മുതൽക്കൂട്ടും അനുഗ്രഹവുമായി. സ്കൂൾതലം തൊട്ട് രാമാനുജൻ എഴുതിവന്ന ഈ ബുക്കുകൾ കണ്ടെത്തുകയും, അവയുടെ ഫോട്ടോസ്റ്റാറ്റ് എഡിഷനുകൾ പ്രസിദ്ധീകരിക്കുകയും ചെയ്തിട്ടുണ്ട്.

ഗണിതശാസ്ത്രപരമായ ചിന്തകൾ ദൈവീകമാണെന്നും, അവ സ്വപ്നത്തിലൂടെ തന്നിലേക്കു വന്നുചേരുകയാണെന്നുമായിരുന്നു രാമാനുജന്റെ ഭാഷ്യം.

"An equation for me has no meaning, unless it represents a thought of god"

(ദൈവനിയോഗമില്ലാതെ ഉണ്ടാകുന്ന ക്രിയകൾക്ക് യാതൊരു അർഥവുമില്ല എന്നു സാരം).

രാമാനുജന്റെ നോട്ടുബുക്കിന് ധാരാളം തിക്താനുഭവങ്ങളും ഉണ്ടായിട്ടുണ്ട്. ഒരിക്കൽ അദ്ദേഹം ഈ നോട്ടുബുക്ക് ഒരു പ്രൊഫസറെ

കാണിച്ചു. മുൻശുണ്ഠിക്കാരനായ അദ്ദേഹം അതു ദൂരേക്കു വലിച്ചെറിഞ്ഞു കളഞ്ഞത്രേ. നിരാശനായ രാമാനുജൻ ബുക്ക് ഒരു സുഹൃത്തിനെ ഏൽപ്പിച്ചു. ഏറെക്കാലം അയാളുടെ പത്തായപ്പുരയിൽ പൊടിപിടിച്ചു കിടന്ന *നോട്ടുബുക്ക്* വർഷങ്ങൾക്കുശേഷമാണ് വെളിച്ചം കണ്ടത്.

രാമാനുജന്റെ ഗണിതപഠനവും ഗവേഷണവും നാട്ടുമ്പുറത്തുകാരായ അച്ഛനമ്മമാർക്ക് താൽപ്പര്യമുള്ള വിഷയമായിരുന്നില്ല. ചുമതലാബോധത്തോടുകൂടി കുടുംബജീവിതം നയിക്കാനോ തുടർന്നു പഠിക്കാനോ ശ്രമിക്കാതെ രാപകൽ എന്തൊക്കെയോ കുത്തിക്കുറിച്ച് സ്വപ്നം കണ്ടു നടക്കുന്ന മകൻ മനോരോഗിയായി മാറുകയാണോ എന്നുപോലും വീട്ടുകാർ സംശയിക്കാതിരുന്നില്ല.

7

വിവാഹവും രോഗാസ്വാസ്ഥ്യങ്ങളും

ആയിരത്തിതൊള്ളായിരത്തി ഒൻപത് ഏപ്രിൽ മാസത്തിലാണ് ശ്രീനിവാസ രാമാനുജനും കരൂർകാരി ജാനകീദേവിയുമായുള്ള വിവാഹം നടന്നത്. രാമാനുജന് 21 വയസ്സ്, ജാനകിക്ക് അപ്പോൾ 9 വയസ്സ് തികഞ്ഞിരുന്നില്ല.

വിവാഹത്തോടെ മകന്റെ ജീവിതത്തിൽ ചിട്ടയും ക്രമവും ഉണ്ടാകുമെന്നാണ് മാതാപിതാക്കൾ ധരിച്ചത്. എന്നാൽ അതൊന്നുമുണ്ടായില്ല. ഗണിതപഠനം ഉപേക്ഷിച്ചുകൊണ്ടുള്ള ഒരു കാര്യത്തിനും രാമാനുജൻ തയാറായിരുന്നില്ല.

ഉപജീവനത്തിനായി ഒരു ചെറിയ ഉദ്യോഗം കിട്ടിയാൽ കൊള്ളാമെന്നൊക്കെ അദ്ദേഹം അക്കാലത്തു ചിന്തിച്ചു തുടങ്ങിയിരുന്നു. എന്നാൽ മതിയായ വിദ്യാഭ്യാസമോ ബിരുദമോ ഇല്ലാത്ത ഒരാൾക്ക്, ഭേദപ്പെട്ട ജോലി എങ്ങനെ ലഭിക്കാനാണ്. കൃത്യമായ വരുമാനങ്ങളൊന്നുമില്ല. പണത്തിനു വലിയ ബുദ്ധിമുട്ടും.

ഒരു കുടുംബിനിയാകാനുള്ള പ്രായമോ പക്വതയോ ഇല്ലാത്ത ജാനകി കുംഭകോണത്തു വല്ലപ്പോഴുമേ വന്നിരുന്നുള്ളൂ. ഭർത്താവിന്റെ വീട്ടിൽ കഴിയുന്നതിനേക്കാൾ സ്വന്തം വീട്ടിൽ കൂട്ടുകാർക്കൊപ്പം കളിച്ചുനടക്കാനാണ് ആ കുട്ടി സ്വാഭാവികമായും ഇഷ്ടപ്പെട്ടത്.

പോഷകാഹാരക്കുറവും രാത്രിയിൽ ഏറെനേരമിരുന്നുള്ള വിശ്രമമില്ലാതെയുള്ള എഴുത്തും വായനയും രാമാനുജന്റെ ആരോഗ്യം തകർത്തുകൊണ്ടിരുന്നു. മദിരാശിയിലെ താമസത്തിനിടെയാണ് ശാരീരികാസ്വാസ്ഥ്യങ്ങൾ അദ്ദേഹത്തെ കൂടുതൽ അലട്ടിത്തുടങ്ങിയത്.

ഡോക്ടറെ കാണാനും ചികിത്സയ്ക്കു വിധേയമാകാനും സ്വതേ മടി കാണിച്ചിരുന്ന അദ്ദേഹത്തെ മദിരാശിയിലെ ചില ഉറ്റ സ്നേഹിത

ന്മാരാണ് ആശുപത്രിയിലെത്തിച്ചത്. രോഗം അതിനോടകം അസഹ്യമാകുകയും അദ്ദേഹം തീർത്തും ക്ഷീണിതനാകുകയും ചെയ്തു.

പ്രഥമ ശുശ്രൂഷകൾക്കുശേഷം സുഹൃത്തുക്കൾ രാമാനുജനെ കുംഭകോണത്തെത്തിച്ചു. യാത്രതിരിക്കുംമുമ്പ് തന്റെ ആകെയുള്ള സമ്പാദ്യമായ *നോട്ടുബുക്കുകൾ* രാധാകൃഷ്ണൻ എന്ന സുഹൃത്തിനെ ഏൽപ്പിച്ച് അദ്ദേഹം ഇങ്ങനെ പറഞ്ഞു. 'രോഗം ഭേദമായാലുടൻ ഞാൻ തിരിച്ചുവരും. ഒരുപക്ഷേ, എന്റെ ജഡമാണ് നിങ്ങൾക്കു കാണേണ്ടി വരുന്നതെങ്കിൽ ഈ ബുക്കുകൾ ക്രിസ്ത്യൻ കോളേജിലെ പ്രൊഫസർ റാസ്സിനെ ഏൽപ്പിക്കണം.' ഭാഗ്യവശാൽ രോഗം ഭേദമായി രാമാനുജൻ മദിരാശിയിൽ തിരിച്ചെത്തുകയും, ബുക്കു കൈപ്പറ്റുകയും ചെയ്തു.

കുംഭകോണത്തുവച്ച്, 'ഹൈഡ്രോസിൽ ടെസ്ടിസ്' എന്ന രോഗവും അദ്ദേഹത്തെ പിടികൂടി. രാമാനുജനുമായി അടുപ്പവും അത്മബന്ധവുമുണ്ടായിരുന്ന കുപ്പുസ്വാമി എന്ന ഡോക്ടറാണ് അദ്ദേഹത്തെ സൗജന്യമായി ചികിത്സിച്ചത്. ദിനചര്യ ക്രമീകരിക്കാനും പഥ്യാഹാരം കഴിക്കാനും നിർദേശിച്ചിരുന്നെങ്കിലും രാമാനുജൻ ആ വക കാര്യങ്ങൾ ചെവിക്കൊണ്ടില്ല. ദു:ശാഠ്യക്കാരനായി മാറിയ അദ്ദേഹത്തിന്റെ അക്കാലത്തെ മുഖ്യാഹാരം പുളിയൻ മുന്തിരിങ്ങയും പച്ചവെള്ളവുമായിരുന്നു. അശ്രദ്ധകാരണം ശസ്ത്രക്രിയചെയ്ത മുറിവിൽനിന്നും രക്തസ്രാവമുണ്ടാകുകയും, അവിടം പഴുത്ത് വ്യണമാകുകയും ചെയ്തു.

9

പ്രശസ്തിയുടെ ആദ്യപടവുകൾ

ആയിരത്തിത്തൊള്ളായിരത്തി പതിനൊന്നിൽ – 'ഇന്ത്യൻ മാത്ത മറ്റിക്കൽ ക്ലബ്' എന്നു പിൽക്കാലത്ത് അറിയപ്പെട്ട 'അനലിറ്റിക്കൽ ക്ലബ്' എന്ന സംഘടന അന്ന് മദിരാശിയിലുണ്ടായിരുന്നു. ഡെപ്യൂട്ടി കളക്ടർ രാമസ്വാമി അയ്യരുടെ നേതൃത്വത്തിൽ ഗണിതശാസ്ത്ര വിഷയങ്ങളിൽ ആഭിമുഖ്യവും താൽപ്പര്യവുമുള്ള ഒരു പറ്റം അഭ്യസ്തവിദ്യരായിരുന്നു വളരെ നല്ലനിലയിൽ പ്രവർത്തിച്ചു വന്ന ഈ സംഘടനയുടെ പിന്നണി പ്രവർത്തകർ.

തന്റെ സന്തതസഹചാരിയായ നോട്ടുബുക്കും കക്ഷത്തുവെച്ച്, രാമാനുജൻ ഒരു ജോലിതേടി മദിരാശി പട്ടണത്തിൽ അലഞ്ഞുനടക്കുന്ന കാലമാണിത്. പലരേയും സമീപിച്ചു. ഒന്നും ഫലപ്പെടുന്നില്ല. അങ്ങനെയിരിക്കവേയാണ്, 'അനലിറ്റിക്കൽ ക്ലബിന്റെ' മുഖ്യസംഘാടകൻ രാമസ്വാമി അയ്യരെ സമീപിക്കാൻ അദ്ദേഹത്തിന് അവസരമുണ്ടാകുന്നത്. ഗണിത സിദ്ധാന്തങ്ങൾ കുറിച്ചിട്ട തന്റെ നോട്ടുബുക്കും അദ്ദേഹം കയ്യിൽ കരുതിയിരുന്നു.

ആ യുവാവിൽ പ്രതിഫലിച്ച പ്രതിഭയുടെ വൈശിഷ്ട്യവും ഗണിതശാസ്ത്രപരമായ അവഗാഹവും തൊട്ടറിയാൻ രാമസ്വാമിക്ക് അധികനേരം വേണ്ടിവന്നില്ല – മദിരാശിയിൽ എവിടെയെങ്കിലും ഒരു കൊച്ചുജോലി – രാമാനുജന്റെ ആവശ്യം അതുമാത്രമായിരുന്നു.

രാമസ്വാമി പറഞ്ഞു: "ഒരു പണി സമ്പാദിക്കുക എന്നത് ബുദ്ധിമുട്ടുള്ള കാര്യമല്ല. എന്നാൽ നിങ്ങളുടെ ഗണിതശാസ്ത്രപരമായ കഴിവുകൾ അതോടെ നഷ്ടപ്പെട്ടുപോകും. ആ അപരാധത്തിനു ഞാൻ കൂട്ടുനിൽക്കില്ല."

മദ്രാസ് പ്രസിഡൻസി കോളേജിലെ പ്രൊഫസർ ശേഷു അയ്യരുടെ

സമീപത്തേക്കായിരുന്നു അടുത്ത യാത്ര. രാമാനുജനെ സഹായിക്കാൻ അയ്യർ ആത്മാർഥമായി ശ്രമിച്ചുവെങ്കിലും ഫലമുണ്ടായില്ല.

മാനസികമായ മടുപ്പും ഭാവിയെപ്പറ്റിയുള്ള ആശങ്കകളും രാമാനുജനെ വേട്ടയാടാൻ തുടങ്ങിയിരുന്നു. വീട്ടിൽനിന്നും അകന്നുള്ള ജീവിതവും സാമ്പത്തിക പ്രയാസങ്ങളും പട്ടിണിയും തന്നെ തകർത്തുകൊണ്ടിരിക്കുന്നു എന്ന് ഈ അവസരത്തിൽ അദ്ദേഹം സുഹൃത്തുക്കളോടു പരാതിപ്പെടുകയും കത്തെഴുതുകയും ചെയ്തിട്ടുണ്ട്.

കുറേ കുട്ടികൾക്കു ട്യൂഷൻ നൽകിക്കൊണ്ട് അദ്ദേഹം മദിരാശിയിൽ തന്നെ തങ്ങി. ചെരുപ്പോ കുടയോ ഉപയോഗിക്കാത്ത അദ്ദേഹം ഉച്ചവെയിലിൽ ചുട്ടുപഴുത്ത റോഡിലൂടെ പതിമൂന്നു കിലോമീറ്റർ ദൂരം നടന്നാണ് ട്യൂഷൻ പഠിപ്പിക്കാൻ പൊയ്ക്കൊണ്ടിരുന്നത്. വിഷമതകളുടെയും ദാരിദ്ര്യത്തിന്റെയും ആ നാളുകളിൽ ബസ് യാത്രയ്ക്കുള്ള പണം അദ്ദേഹത്തിന് എങ്ങനെ ഉണ്ടാകാനാണ്?

ഏറെ അലച്ചിലുകൾക്കൊടുവിൽ നെല്ലൂർ കളക്ടറായിരുന്ന ദിവാൻ ബഹദൂർ രാമചന്ദ്രറാവുവിനെ സമീപിച്ച് രാമാനുജൻ തന്റെ കദനകഥ അവതരിപ്പിച്ചു. ഭാഗ്യമെന്നു പറയട്ടെ, ജോലിയൊന്നും നൽകിയില്ലെങ്കിലും രാമാനുജന് മാസംതോറും ഇരുപത്തിഅഞ്ചുരൂപാവീതം അനുവദിച്ചുകൊണ്ട് കളക്ടർ ഉത്തരവിട്ടു. അങ്ങനെ, ശുപാർശയുടെ ഫലമായും അല്ലെങ്കിൽ ദൈവാധീനംകൊണ്ടും രാമാനുജന് തൽക്കാലത്തേക്കെങ്കിലും കൊടുംപട്ടിണിയിൽ നിന്നും കരകയറാനായി.

മദിരാശിയിലെ തുടർന്നുള്ള ജീവിതം ഏറെക്കുറെ സ്വച്ഛവും സമാധാനപരവുമായിരുന്നു. ഗവേഷണവും പഠനവും പൂർവാധികം ഭംഗിയായിത്തന്നെ നടന്നുവന്നു. പൊതുവേ ലജ്ജാലുവും അന്തർമുഖനുമായിരുന്ന അദ്ദേഹത്തിന് ധാരാളം സുഹൃത്തുക്കളും ആരാധകരുമുണ്ടായി. ഗണിതാഭിരുചിയിൽ കേന്ദ്രീകൃതമായ സൗഹൃദങ്ങളായിരുന്നു അതിൽ പലതും.

'ഇന്ത്യൻ മാത്തമാറ്റിക്കൽ സൊസൈറ്റി' ജേർണലിൽ 'ബർണോളി' സംഖ്യകളുടെ സവിശേഷതകളെപ്പറ്റി രാമാനുജൻ രചിച്ച പ്രൗഢഗംഭീരങ്ങളായ രണ്ടു പ്രബന്ധങ്ങൾ പ്രത്യക്ഷപ്പെട്ടത് ഈ കാലത്താണ്. ബുദ്ധിജീവികൾക്കിടയിൽ ഈ പ്രബന്ധങ്ങൾ ഏറെ ചർച്ച ചെയ്യപ്പെട്ടു. രാമാനുജൻ എന്നപേര് അതിനോടകം മദിരാശിയിലെങ്ങും സുപരിചിതമായിക്കഴിഞ്ഞിരുന്നു.

9

ഗുമസ്തപ്പണിക്കിടെ ഗവേഷണവും

പ്രൊഫസർ ശേഷു അയ്യരുടെ അശ്രാന്തപരിശ്രമ ഫലമായി രാമാനുജന് മദിരാശി അക്കൗണ്ടന്റ് ജനറൽ ആഫീസിൽ ഒരു ചെറിയ ജോലി തരപ്പെട്ടു. പ്രതിമാസം 20 രൂപ ശമ്പളം. പക്ഷേ ഒരു മാസത്തേക്കു മാത്രം. എന്നാൽ അതിനിടെ മദ്രാസ് പോർട്ട് ട്രസ്റ്റിൽ 25 രൂപ ശമ്പളത്തിൽ ക്ലാർക്കായി നിയമിച്ചുകൊണ്ടുള്ള ഉത്തരവും അദ്ദേഹത്തെ തേടിയെത്തി.

അന്നത്തെ സ്ഥിതിക്ക് 25 രൂപ സാമാന്യം ഭേദപ്പെട്ട തുകയാണെന്നു പറയാം. പോർട്ടിനടുത്തുതന്നെയുള്ള ശൈവ മുത്തയ്യ മുതലിയാർ തെരുവിലെ ഒരു ചെറിയ വീട്ടിൽ ഭാര്യ ജാനകിയുമൊത്ത് അദ്ദേഹം താമസവും തുടങ്ങി.

ജോലിക്കാര്യങ്ങളിൽ കൃത്യനിഷ്ഠ പുലർത്തിപ്പോന്ന രാമാനുജനോട് പോർട്ട് ട്രസ്റ്റിലെ മേലുദ്യോഗസ്ഥന്മാർക്ക് എന്തെന്നില്ലാത്ത മതിപ്പും മമതയുമായിരുന്നു. പ്രത്യേകിച്ചും ചെയർമാൻ സർ. ഫ്രാൻസിസ് സ്പ്രിങ് എന്ന സായിപ്പിന്. പ്രതിഭാശാലിയായ ഈ യുവഗണിതജ്ഞന്റെ സേവനം തങ്ങൾക്കു ലഭിച്ചത് ഒരു മുതൽക്കൂട്ടായി അവർ കണക്കാക്കി. ഓഫീസുകാര്യങ്ങളിൽ ധാരാളം ഔദാര്യങ്ങളും അവർ രാമാനുജനു നൽകിവന്നു. എന്നാൽ ഗവേഷണം ഔദ്യോഗിക ജീവിതത്തെയോ ഔദ്യോഗിക ജീവിതം ഗവേഷണത്തേയോ തടസപ്പെടുത്താൻ രാമാനുജൻ അനുവദിച്ചിരുന്നില്ല.

രാമാനുജന്റെ ഗണിതശാസ്ത്ര വൈഭവത്തെ സംബന്ധിച്ച് സർ. ഫ്രാൻസിസ് സ്പ്രിങ് സഹപ്രവർത്തകരോടും സുഹൃത്തുക്കളോടും വാതോരാതെ സംസാരിക്കുമായിരുന്നു. ഭാരിച്ച ജോലിത്തിരക്കുകൾക്കിടയിലും രാമാനുജനോടു കുശലമന്വേഷിക്കാനും ഗവേഷണപ്രവർത്തനങ്ങളുടെ പുരോഗതി ചോദിച്ചറിയാനും അദ്ദേഹം സമയം കണ്ടെത്തി.

പോർട്ട് ട്രസ്റ്റ് ആഫീസിൽ ഉണ്ടായ ഈ സംഭവം കൗതുകമുണർത്തുന്നതാണ്. ആഫീസിലെ ഒരു പ്രധാന ഫയലിൽ നിന്ന് *എലിപ്റ്റിക്കൽ ഇന്റഗ്രൽസ്* എന്ന തലക്കെട്ടോടുകൂടിയ കുറേ കുറിപ്പുകൾ ഒരു ദിവസം ചെയർമാന്റെ കയ്യിൽ കിട്ടി. ഉടൻ അദ്ദേഹം മാനേജരെ വിളിച്ചു.

"നിങ്ങൾ ആഫീസിൽ ജോലി ചെയ്യാൻ വരുന്നോ അതോ കുട്ടികളെപ്പോലെ കണക്കുചെയ്തു പഠിക്കാൻ വരുന്നോ?" ചെയർമാന്റെ ഉച്ചത്തിലുള്ള ശകാരം കേട്ട് മാനേജർ അമ്പരന്നുപോയി.ഏറെ പണിപ്പെട്ട് അയാൾ തന്റെ നിരപരാധിത്വം ബോധിപ്പിച്ചു.

"എങ്കിൽ, ഇവിടെ ഒരു ഗണിത പണ്ഡിതനുണ്ട്, ആരാണത്? വേഗം പറയൂ". എന്നായി ചെയർമാൻ. മാനേജർ രാമാനുജന്റെ പേരു സൂചിപ്പിച്ചപ്പോൾ ചെയർമാൻ പൊട്ടിച്ചിരിച്ചുകൊണ്ട് ഇങ്ങനെ പറഞ്ഞു,

"എനിക്കറിയാം ഞാൻ ഒരു തമാശ പറഞ്ഞതല്ലേ," പേടിച്ചു വിറച്ചു നിന്ന മാനേജർക്ക് അപ്പോഴാണ് ശ്വാസം നേരേ വീണത്.

കേവലം ഒരു വർഷം മാത്രമേ രാമാനുജൻ പോർട്ട് ട്രസ്റ്റിൽ ജോലി ചെയ്തിട്ടുള്ളൂ എങ്കിലും, ഈ കാലയളവിലാണ് അദ്ദേഹത്തിന്റെ അതിശ്രേഷ്ഠങ്ങളായ പല ഗവേഷണ പ്രബന്ധങ്ങളും പിറവിയെടുത്തത്. ഹൈപർ ജ്യാമിതീയ ശ്രേണിയിൽ അദ്ദേഹം നടത്തിയ കണ്ടുപിടിത്തങ്ങൾ പിൽക്കാലത്ത് ഈ ശാഖയിലുണ്ടായ വൈവിധ്യങ്ങളാർന്ന പല കണ്ടുപിടിത്തങ്ങൾക്കും വഴിമരുന്നായി. രാമാനുജന്റെ ഏറ്റവും ശ്രേഷ്ഠവും മഹത്തരവുമായ കണ്ടുപിടിത്തങ്ങളിലൊന്നാണിത്. ഇതിൽ രാമാനുജന്റെ സൃഷ്ടികളായ 1923 ഫലങ്ങൾ പിന്നീട് കേംബ്രിഡ്ജ് ഫിലോസഫിക്കൽ സൊസൈറ്റി പ്രസിദ്ധീകരിച്ചിട്ടുണ്ട്.

10

ജീവിതം മാറ്റിമറിച്ച കത്ത്

ആയിരത്തിത്തൊള്ളായിരത്തി പതിമൂന്ന് ജനുവരി 16, മകര സംക്രാന്തി ദിനം. രാമാനുജന്റെ ജീവിതത്തിൽ ഒരിക്കലും മറക്കാനാവാത്ത സുദിനമാണിത്.

പ്രൊഫ. ശേഷു അയ്യർ, പ്രൊഫ. ശിങ്കാരവേലു മുതലിയാർ എന്നിവരുടെ നിർദേശാനുസരണം ലോകപ്രസിദ്ധ ഗണിതജ്ഞൻ ജി എച്ച് ഹാർഡിക്ക് രാമാനുജൻ ആദ്യമായി ഒരു കത്തെഴുതുന്നത് അന്നാണ്. കേംബ്രിഡ്ജ് യൂണിവേഴ്സിറ്റിയിൽ ശുദ്ധഗണിതത്തിന്റെ തലവനായിരുന്നു ഹാർഡി.

രാമാനുജന്റെ ജീവിതത്തെയാകെ മാറ്റിമറിച്ചത് ആ കത്താണ്. തന്റെ ഗണിതപ്രമേയങ്ങൾക്ക് അംഗീകാരവും പ്രോത്സാഹനവുമാണ് ആ കത്തിലൂടെ അദ്ദേഹം ആവശ്യപ്പെട്ടത്. കത്തിനോടൊപ്പം തന്റെ കുറേ കണ്ടുപിടിത്തങ്ങളും അദ്ദേഹം ഹാർഡിക്ക് അയച്ചുകൊടുത്തിരുന്നു. എന്തെങ്കിലും കഴമ്പുണ്ടെന്നു തോന്നുന്ന പക്ഷം അവ പ്രസിദ്ധം ചെയ്യണമെന്നും കത്തിൽ സൂചിപ്പിച്ചിരുന്നു.

കത്തിന്റെ ഏകദേശരൂപം ഇങ്ങനെ:

> മദ്രാസ് പോർട്ട് ട്രസ്റ്റിലെ ഒരു സാധാരണ ഗുമസ്തനാണു ഞാൻ. വർഷം തോറും എനിക്കു കിട്ടുന്നത് കേവലം 20 പൗണ്ടാണ്. വിവാഹിതനായ എനിക്ക് ഇപ്പോൾ 22 വയസുണ്ട്. സ്കൂൾ പഠനത്തിനു ശേഷം സ്വന്തമായി ഗണിതശാസ്ത്ര ഗവേഷണങ്ങളിൽ മുഴുകിക്കഴിയുന്ന എനിക്ക് ബിരുദമോ മറ്റ് വിദ്യാഭ്യാസ യോഗ്യതകളോ ഇല്ല.
>
> ഡൈവർജന്റ് സീരീസിലുള്ള എന്റെ കണ്ടുപിടിത്തങ്ങൾ വളരെ ഗംഭീരമെന്നും അതേസമയം ദുർഗ്രഹമെന്നും രണ്ടഭിപ്രായമുണ്ട്.

ഇതോടനുബന്ധിച്ച് എന്റെ നൂറിലധികം വരുന്ന കണ്ടുപിടിത്തങ്ങളും തിയറങ്ങളും താങ്കളുടെ അറിവിലേക്കായി അടക്കം ചെയ്യുന്നുണ്ട്.

താങ്കൾ രചിച്ചു പ്രസിദ്ധം ചെയ്ത ഒരു ഗണിതശാസ്ത്രലേഖനം അടുത്തിടെ ഞാൻ കാണുവാനിടയായി. അതിൽ താങ്കൾ പ്രസ്താവിച്ചിരിക്കുന്ന പല വസ്തുതകളോടും എനിക്കു യോജിക്കാനാവുന്നില്ല എന്നു വിനയപൂർവം അറിയിക്കട്ടെ. ആരും ഇന്നേവരെ കണ്ടുപിടിച്ചിട്ടില്ല എന്നു താങ്കൾ പറയുന്ന പലതും ഞാൻ പണ്ടേ തന്നെ കണ്ടുപിടിച്ചവയാണ്.

ഇതോടൊപ്പം അയയ്ക്കുന്ന എന്റെ കണ്ടുപിടിത്തങ്ങളിലും, തിയറങ്ങളിലും എന്തെങ്കിലും കഴമ്പുണ്ടെന്ന് താങ്കൾക്കു തോന്നുന്നു എങ്കിൽ അവ പ്രസിദ്ധം ചെയ്യണമെന്നു മാത്രമാണ് എന്റെ അപേക്ഷ.

11

കഴിവുകൾ അംഗീകരിക്കപ്പെടുന്നു

പോർട്ട് ട്രസ്റ്റിലെ ഗുമസ്തപ്പണി രാമാനുജന്റെ ഭാവി പാഴാക്കിക്കളയുമോ എന്നായിരുന്നു അദ്ദേഹത്തിന്റെ അഭ്യുദയകാംക്ഷികളുടെ സന്ദേഹം.

പരസഹായമില്ലാതെ തന്നെ അദ്ദേഹം ഗണിതവിഷയങ്ങളിൽ അനൽപ്പമായ അവഗാഹം നേടിക്കഴിഞ്ഞിരുന്നു എങ്കിലും, ഉന്നതവിദ്യാഭ്യാസവും ആധുനിക ഗവേഷണസൗകര്യങ്ങളും അന്യമായിരുന്നതിനാൽ ഗണിതശാസ്ത്രത്തിലെ പുത്തൻ പ്രവണതകൾ രാമാനുജന് തീർത്തും അജ്ഞാതമായിരുന്നു.

ഇന്ത്യൻ മിറ്റിയറോളജിക്കൽ ഡിപ്പാർട്ടുമെന്റിലെ ഉയർന്ന ഉദ്യോഗസ്ഥനും ഗണിത പ്രേമിയുമായ ഡോ. ഗിൽബർട്ട് വാക്കർ രാമാനുജന്റെ തുടർന്നുള്ള പഠനത്തിന് ഒരു സ്കോളർഷിപ്പ് തരപ്പെടുത്താനുള്ള ശ്രമം നടത്തുന്നുണ്ടായിരുന്നു. 1913 മാർച്ചുമാസം മദ്രാസ് യൂണിവേഴ്സിറ്റി അധികൃതരുടെ മുമ്പാകെ അദ്ദേഹം ഈ വിഷയം അവതരിപ്പിക്കുകയും ചെയ്തു.

ഡോ. വാക്കറിന്റെ നിർദേശം യൂണിവേഴ്സിറ്റിക്ക് സ്വീകാര്യമായെങ്കിലും ചില സിൻഡിക്കേറ്റ് അംഗങ്ങളുടെ പ്രതിഷേധത്തെ തുടർന്ന് അതു നടക്കാതെ പോകുമെന്ന മട്ടായി. രാമാനുജന് അടിസ്ഥാന ബിരുദമോ വിദ്യാഭ്യാസ യോഗ്യതകളോ ഒന്നും ഇല്ല എന്നതായിരുന്നു പ്രശ്നം.

രാമാനുജന്റെ വിഷയത്തിൽ തൽപ്പരനായിരുന്ന സർവകലാശാല വൈസ്ചാൻസലറും അതോടെ ധർമ്മസങ്കടത്തിലായി. ഇത്തരുണത്തിലാണ്, യൂണിവേഴ്സിറ്റി ആക്ടിലെ ചില പ്രസക്തഭാഗങ്ങൾ ഉദ്ധരിച്ചുകൊണ്ട് ജസ്റ്റിസ് പി ആർ സുന്ദരമയ്യർ എന്ന അംഗം രംഗത്തു വന്നത്. അദ്ദേഹം വാദിച്ചു:

“ഗണിതശാസ്ത്രത്തിൽ തന്റെ അന്യാദൃശമായ കഴിവുകൾ ഇതിനോടകം പ്രകടിപ്പിച്ചിട്ടുള്ള ഒരു വ്യക്തിയുടെ കാര്യമാണ് ഇവിടെ പരിഗണനയ്ക്കു വന്നിട്ടുള്ളത്. ഇങ്ങനെയുള്ളവരെ പ്രോത്സാഹിപ്പിക്കലാണ് സർവകലാശാലയുടെ കടമ. അല്ലാതെ നിരുത്സാഹപ്പെടുത്തലല്ല. അടിസ്ഥാന യോഗ്യത ബിരുദം മാത്രമാകരുത്. ബിരുദധാരികളിൽ തന്നെ അനർഹരും ഉണ്ടായിക്കൂടെന്നില്ല. സർവകലാശാലയിൽ ഇന്നു നിലനിൽക്കുന്ന നിയമങ്ങൾ നമ്മുടെ സൃഷ്ടികൾ തന്നെയാണ്. അതിന് കാലാനുസൃതവും അനുയോജ്യവുമായ മാറ്റം വരുത്തുന്നതിൽ തെറ്റുണ്ടെന്നു തോന്നുന്നില്ല. അത് ആവശ്യവുമാണ്. പഠനങ്ങൾക്കും ഗവേഷണങ്ങൾക്കുമായി ജീവിതം ഉഴിഞ്ഞുവെച്ച ഈ വ്യക്തിക്ക് അവസരം നിഷേധിക്കുന്നതാണ് മാപ്പർഹിക്കാത്ത കുറ്റമാണെന്നാണ് എന്റെ അഭിപ്രായം.”

ഈ വാക്കുകൾ ഫലം കണ്ടു. ചെയ്തുവരുന്ന ഗവേഷണ പ്രബന്ധങ്ങളെപ്പറ്റി മൂന്നുമാസത്തിലൊരിക്കൽ വിശദമായ റിപ്പോർട്ടു നൽകണമെന്ന വ്യവസ്ഥയിന്മേൽ മാസംതോറും 75 രൂപാവീതം രാമാനുജന് സ്കോളർഷിപ്പ് അനുവദിച്ചുകൊണ്ട് യൂണിവേഴ്സിറ്റി ബോർഡ് തീരുമാനമെടുത്തു.

തിരക്കുകൾക്കിടയിൽ രാമാനുജന്റെ കത്തിലൂടെ കണ്ണോടിക്കുമ്പോൾ ഹാർഡിക്ക് അൽപ്പം പന്തികേടുതോന്നി. മാനസികവിഭ്രാന്തിയുള്ള ആരുടെയോ കത്തായിരിക്കുമെന്നാണ് അദ്ദേഹം ആദ്യം ധരിച്ചത്. ഒന്നുകൂടി വായിച്ചപ്പോൾ അതിൽ എന്തോ കഴമ്പുള്ളതുപോലെ ......

ഈ കാര്യം സഹപ്രവർത്തകരുമായി അദ്ദേഹം ചർച്ച ചെയ്തു. നേരത്തേ ധരിച്ചതുപോലെ കത്തെഴുതിയ ആൾ ഭ്രാന്തനല്ലെന്നും അതിബുദ്ധിമാനാണെന്നും അതോടെ സ്ഥിരീകരിക്കപ്പെട്ടു. തന്നെയുമല്ല, കത്തിനോടൊപ്പം അടക്കം ചെയ്തിരുന്ന പ്രമേയങ്ങൾ കേംബ്രിഡ്ജിലെ പ്രതിഭാധനരായ തലമുതിർന്ന ഗണിതശാസ്ത്രജ്ഞന്മാരെപ്പോലും അത്ഭുതപ്പെടുത്തിക്കളഞ്ഞുവത്രേ.

അധികം വൈകാതെ, കത്ത് കൈപ്പറ്റിയതായി അറിയിച്ചുകൊണ്ടുള്ള ഹാർഡിയുടെ കത്ത് രാമാനുജനും കിട്ടി.

രാമാനുജൻ തുടർന്നെഴുതി–

‘....... ഒരു സുഹൃത്തായോ സഹോദരനായോ എന്നെ കണക്കാക്കുക. എന്റെ തുടർന്നുള്ള പ്രവർത്തനങ്ങൾക്ക് ഒരു സ്കോളർഷിപ്പു ലഭിക്കാൻ താങ്കളുടെ സഹായസഹകരണങ്ങൾ കൂടിയേ തീരു....’

രാമാനുജനും ഹാർഡിയുമായുള്ള ബന്ധം കത്തുകളിലൂടെ സുദൃഢമാകുമായിരുന്നു.

12

പ്രൊഫ. ജി എച്ച് ഹാർഡി

ശ്രീനിവാസ രാമാനുജൻ എന്ന ദരിദ്രയുവാവിന്റെ പ്രതിഭ കണ്ടെത്തിയതും അദ്ദേഹത്തെ ലോകത്തിനു മുന്നിൽ അവതരിപ്പിച്ചതും ആധുനിക ശുദ്ധഗണിതത്തിന്റെ തലതൊട്ടപ്പൻ എന്നു വിശേഷിപ്പിക്കപ്പെടുന്ന പ്രൊഫ. ജി എച്ച് ഹാർഡിയാണ്.

ഗണിതശാസ്ത്രത്തിൽ താങ്കളുടെ ഏറ്റവും വലിയ സംഭാവന എന്താണ് എന്ന ചോദ്യത്തിന് ഹാർഡിക്ക് ഒറ്റ മറുപടിയേ ഉണ്ടായിരുന്നുള്ളൂ. 'ശ്രീനിവാസ രാമാനുജൻ'.

ഹാർഡിയിലൂടെ രാമാനുജൻ പശ്ചാത്യനാടുകളിൽ പ്രശസ്തനായതുപോലെ രാമാനുജനിലൂടെയാണ് ഹാർഡി ഭാരതീയർക്കു ചിരപരിചിതനായിത്തീർന്നത്.

തികഞ്ഞ പുരോഗമനവാദിയും പൊതുകാര്യപ്രസക്തനുമായിരുന്നു ഹാർഡി. രാമാനുജനെപ്പറ്റി ഹാർഡി ഒരിക്കൽ പറഞ്ഞു:

"ഈ ലോകത്ത് എനിക്കു ഏറ്റവുമധികം കടപ്പാടുകളുള്ളത് രാമാനുജനോടാണ്. മനുഷ്യസഹജമായ വൈകാരിക ദൗർബല്യങ്ങൾക്ക് അതീതനാണ് ആ അത്ഭുത മനുഷ്യൻ." ശ്രീനിവാസ രാമാനുജനെ കേംബ്രിഡ്ജിലെത്തിക്കാൻ മുൻകൈ എടുത്തത് ഹാർഡിയാണ്. സവർണ ഹൈന്ദവർക്കിടയിൽ അന്നു നിലനിന്ന വിശ്വാസമനുസരിച്ച് കടൽയാത്ര നിഷിദ്ധമായിരുന്നതിനാൽ യാഥാസ്ഥിതികനും ഈശ്വരവിശ്വാസിയുമായിരുന്ന രാമാനുജൻ ഈ കാര്യത്തിൽ ആദ്യമൊന്നും ഒരു താൽപ്പര്യവും കാണിച്ചില്ല. രാമാനുജന്റെ നിലപാട് ഹാർഡിയെ നിരാശപ്പെടുത്തിക്കളഞ്ഞു. എന്നാൽ ഇതുകാരണം അവരുടെ സൗഹൃദത്തിനു മങ്ങലൊന്നും ഏറ്റില്ല. എഴുത്തുകളിലൂടെ അതു തുടർന്നുപോന്നു.

തുടർന്നു പഠിക്കണമെന്ന അദമ്യമായ മോഹം ഒരുവശത്ത്. കടൽ

കടന്നുപോകുന്നതിലുള്ള ഭയാശങ്കകൾ മറുവശത്ത്. രാമാനുജൻ അനുഭവിച്ചറിഞ്ഞ മാനസികസംഘർഷം ചെറുതായിരുന്നില്ല.

ഒടുവിൽ അതീവ ദൈവഭക്തനായിരുന്ന അദ്ദേഹം ഈ പ്രശ്നം തങ്ങളുടെ കുടംബദേവതയായ നാമഗിരിദേവിയുടെ പരിഗണനയ്ക്കു വിട്ടുകൊടുത്തു. ദേവീസന്നിധിയിൽ ആഴ്ചകളോളം അദ്ദേഹം ഉപവാസമനുഷ്ഠിച്ചുവത്രേ. ഒടുവിൽ ഒരു ദിവസം രാത്രി രാമാനുജന്റെ മുമ്പിൽ ദേവി പ്രത്യക്ഷപ്പെട്ടുവെന്നും യാത്രാനുമതി നൽകിയെന്നും പറയപ്പെടുന്നു. വിദേശയാത്രയ്ക്കു പ്രതിഷേധവുമായി നിന്ന മറ്റൊരു പ്രധാനവ്യക്തി രാമാനുജന്റെ അമ്മയായിരുന്നു. അവരുടെ മുന്നിലും ദേവി പ്രത്യക്ഷപ്പെട്ടുവെന്നും തടസം നിൽക്കരുതെന്നു പറഞ്ഞുവെന്നും കഥയുണ്ട്.

ഏതായാലും ഇതോടെ യാത്രാ സംബന്ധമായ പ്രശ്നങ്ങളെല്ലാം കെട്ടടങ്ങി.

മദ്രാസ് യൂണിവേഴ്സിറ്റിയാണ് രാമാനുജന്റെ ഉപരിപഠനത്തിനുള്ള സ്കോളർഷിപ്പ് അനുവദിച്ചത്. വർഷംതോറും 250 പവനായിരുന്നു സ്കോളർഷിപ്പു തുക. മറ്റുചിലവുകൾ പുറമേയും. അഞ്ചു വർഷമാണു കാലാവധി. സ്കോളർഷിപ്പു തുകയിൽ നിന്നും മാസംതോറും 60 രൂപാ തന്റെ മാതാപിതാക്കളെ ഏൽപ്പിക്കാൻ യൂണിവേഴ്സിറ്റി അധികൃതരോടു രാമാനുജൻ ആവശ്യപ്പെട്ടു.

അൽപ്പം കടുംപിടിത്തക്കാരനും തനി ഗ്രാമീണനുമായിരുന്ന രാമാനുജനെ യൂറോപ്യൻ രീതികളുമായി പൊരുത്തപ്പെടുത്തി എടുക്കുക വലിയ യജ്ഞം തന്നെയായിരുന്നു. ഹാർഡിയുടെ നിർദേശപ്രകാരം പ്രൊഫസർ ലിറ്റിൽ ബായ്സ് എന്ന അധ്യാപകനായിരുന്നു ഈ വക കാര്യങ്ങളുടെ ചുമതല.

തൊപ്പിധരിക്കണമെന്നതിനാൽ രാമാനുജന്റെ നീണ്ട മുടിയും, കുടുമയും മുറിച്ചു കളയേണ്ടിവന്നു. മനസില്ലാ മനസോടെയാണ് രാമാനുജൻ അതിനു സമ്മതിച്ചത്. ജീവിതത്തിലൊരിക്കലും ചെരുപ്പു ധരിച്ചിട്ടില്ലാത്ത അദ്ദേഹത്തെ ഷൂസും സോക്സും ധരിപ്പിച്ചു. മുണ്ടും ഷർട്ടും മാറ്റി സ്യൂട്ടും കോട്ടും ടൈയുമാക്കി. എന്നാൽ തികഞ്ഞ സസ്യഭുക്കായിരുന്ന അദ്ദേഹത്തിന്റെ ആഹാരാദികാര്യങ്ങളിൽ ഒരു മാറ്റവും വരുത്താൻ സാധിക്കുമായിരുന്നില്ല. അരിയും ചെറുപയറും വേവിച്ചുണ്ടാക്കുന്ന 'പൊങ്കൽ' ആയിരുന്നു അദ്ദേഹത്തിന്റെ ഇഷ്ടവിഭവം.

13

കടൽ കടന്ന് കേംബ്രിഡ്ജിലേക്ക്

ആയിരത്തിത്തൊള്ളായിരത്തി പതിനാല് മാർച്ചുമാസം 17ന് എസ് എസ് നെവാഡ എന്ന കപ്പലിൽ ശ്രീനിവാസ രാമാനുജൻ മദിരാശി തുറമുഖത്തു നിന്നും പുറപ്പെടുമ്പോൾ ജീവിതത്തിന്റെ നാനാതുറകളിൽപ്പെട്ട ധാരാളം പേർ അദ്ദേഹത്തിനു യാത്രാമംഗളം നേരാനെത്തിയിരുന്നു.

യാത്രയിലുടനീളം അദ്ദേഹം അസ്വസ്ഥനും വികാരാധീനനുമായിരുന്നു. ജനിച്ചനാട്ടിൽ നിന്നും ബന്ധുജനങ്ങളിൽ നിന്നുമുള്ള വേർപാട്, തീർത്തും അപരിചിതമായ ചുറ്റുപാടുകൾ, ഇവയൊക്കെ സ്വതവേ ഉൾവലിയുന്ന സ്വഭാവക്കാരനായ രാമാനുജന്റെ അസ്വാസ്ഥ്യത്തിനും വിഷാദത്തിനും കാരണങ്ങളായിരുന്നു. രാമാനുജനുവേണ്ടി പ്രത്യേകം സസ്യാഹാരം കപ്പലിൽ കരുതിയിരുന്നെങ്കിലും ആദ്യദിവസങ്ങളിൽ അതൊന്നു രുചിച്ചു നോക്കാൻപോലും അദ്ദേഹം മിനക്കെട്ടില്ല.

ഏതാണ്ട് ഒരു മാസത്തെ യാത്രയ്ക്കുശേഷം എസ് എസ് നെവാഡ ലണ്ടൻ തീരത്തണഞ്ഞു. ഹാർഡിയുടെ പ്രതിനിധികൾ രാമാനുജനെ പ്രതീക്ഷിച്ച് തുറമുഖത്തു കാത്തുനിന്നിരുന്നു. ട്രിനിറ്റി കോളേജിലെത്തിയ അദ്ദേഹത്തെ അധ്യാപകരും വിദ്യാർഥികളും ചേർന്ന് ഹാർദമായി സ്വീകരിച്ചു.

പുതിയ ലാവണത്തിലെ ജീവിതസാഹചര്യങ്ങളുമായി പൊരുത്തപ്പെടാൻ ശ്രീനിവാസ രാമാനുജന് അൽപ്പം ആയാസപ്പെടേണ്ടിവന്നു. തലമുടി നീട്ടിവളർത്തി നഗ്നപാദനായി നടന്നിരുന്ന ഈ സാധാരണ ബ്രാഹ്മണ യുവാവിനെ പാശ്ചാത്യരീതിയിലുള്ള ഷൂസും പാന്റ്സും കോട്ടും ടൈയും തെല്ലൊന്നുമല്ല ബുദ്ധിമുട്ടിച്ചത്. അവിടുത്തെ കാലാവസ്ഥയും ഭക്ഷണരീതികളും അതിനേക്കാളേറെ ദുസ്സഹമായിരുന്നു. തികഞ്ഞ

സസ്യഭുക്കായ അദ്ദേഹത്തിന് അവിടെ സുലഭമായി ലഭിച്ചിരുന്ന മുട്ടയും ഉള്ളിയും തക്കാളിപോലും നിഷിദ്ധമായിരുന്നു.

സ്വയം പാകം ചെയ്ത ചോറും കറികളുമായിരുന്നു അദ്ദേഹത്തിനിഷ്ടം. അതും ദിവസം ഒരു നേരം. ഭക്ഷണത്തോടുള്ള സ്വതസിദ്ധമായ വിരക്തിയും സമയക്കുറവും കാരണം ഒരിക്കൽ പാകം ചെയ്ത ഭക്ഷണം പലദിവസങ്ങൾ ഉപയോഗിക്കുമായിരുന്നു എന്നു മാത്രം. എന്നാൽ പഠനകാര്യങ്ങളിൽ കൂടുതൽ വ്യാപൃതനായതോടെ ഭക്ഷണ-വിശ്രമകാര്യങ്ങൾ കൂടുതൽ അവതാളത്തിലായി എന്നു പറയാം. നേരത്തെ തന്നെ ആരോഗ്യപ്രശ്നങ്ങൾ അലട്ടിക്കൊണ്ടിരുന്ന അദ്ദേഹത്തെ ഇംഗ്ലണ്ടിലെ കൊടുംതണുപ്പ് കൂടുതൽ ക്ഷീണിതനുമാക്കി.

ലോകമഹായുദ്ധം പൊട്ടിപ്പുറപ്പെട്ടതും അതേ വർഷമാണ്. യുദ്ധം സമസ്തമേഖലകളേയും സാരമായി ബാധിച്ചു. കേംബ്രിഡ്ജിലെ അധ്യാപകർക്ക് യുദ്ധസേവനം നിർബന്ധമാക്കിയതിനാൽ ഭൂരിപക്ഷംപേരും യുദ്ധരംഗത്തായി. വിദ്യാർഥികളുടെ എണ്ണം കുറഞ്ഞു. ക്ലാസുമുറികളിൽ പലതും ഒഴിഞ്ഞുകിടന്നു. രാമാനുജനും ഹാർഡിയും ഉൾപ്പെടെ വളരെ ചുരുക്കം പേർ മാത്രമാണ് കേംബ്രിഡ്ജിൽ അവശേഷിച്ചത്.

അതും ഒരുവിധത്തിൽ അനുഗ്രഹമായി. ഹാർഡിക്കും രാമാനുജനും കൂടുതൽ അടുത്തിടപഴകാനും, ആശയങ്ങൾ പങ്കിടാനും ഇതു കാരണം ധാരാളം സന്ദർഭങ്ങൾ ഒത്തുകിട്ടി.

ലോണിയുടെ *ത്രികോണമിതി,* കാർറിന്റെ *അപ്ലൈഡ് മാത്തമാറ്റിക്സ്* എന്നീ അപൂർവം ചില പുസ്തകങ്ങളുടെ പിൻബലത്തോടുകൂടി ഗണിതലോകത്തേക്കു കടന്നുവന്ന ശ്രീനിവാസരാമാനുജന് കേംബ്രിഡ്ജിലെ ബൃഹത്തും ലോകോത്തരവുമായ ഗ്രന്ഥശേഖരവും ഹാർഡിയെപ്പോലുള്ള ധിഷണാശാലികളായ ഗണിതശാസ്ത്രജ്ഞന്മാരും കൂടിച്ചേർന്ന് വിജ്ഞാനത്തിന്റെ വൻഭണ്ഡാരമാണ് തുറന്നിട്ടുകൊടുത്തത്.

14

അത്യപൂർവമായ ആത്മബന്ധം

മദിരാശിയിൽ നിന്നും രാമാനുജൻ അയച്ചുകൊടുത്തിരുന്ന നൂറില ധികം വരുന്ന കണ്ടുപിടിത്തങ്ങളും സിദ്ധാന്തങ്ങളും ഹാർഡി അതിനോ ടകം സമഗ്രമായി പഠിക്കുകയും, വിശകലനം ചെയ്യുകയും ചെയ്തിരു ന്നു. രാമാനുജന്റെ കഴിവുകളിൽ അദ്ദേഹത്തിന് അത്ഭുതം തോന്നി. ഒപ്പം അനുകമ്പയും.

ഗണിതശാസ്ത്ര വിഷയങ്ങളിലെ ആനുകാലിക സംഭവവികാസങ്ങ ളിൽ രാമാനുജനുണ്ടായിരുന്ന അജ്ഞതയാണ് ഹാർഡിയെ നിരാശനാ ക്കിയത്. ചില കാര്യങ്ങളിൽ രാമാനുജൻ പാശ്ചാത്യ ഗണിതശാസ്ത്ര ജ്ഞന്മാരെപ്പോലും ബഹുദൂരം പിന്നിലാക്കുമ്പോൾ, മറ്റു ചിലയിടങ്ങളിൽ അദ്ദേഹത്തിന്റെ പ്രകടനം തീർത്തും നിരാശാജനകവും അവ്യക്തവുമാ യിരുന്നു. ഉഹാപോഹങ്ങളും തനിക്കുമാത്രം ശരിയെന്നു തോന്നുന്ന ചില സങ്കൽപ്പങ്ങളും ഇടകലർന്ന സമ്പ്രദായമാണ് രാമാനുജൻ പിന്തുടർന്നു വന്നത്. അതേസമയം ബാലപാഠങ്ങൾ പലതും അദ്ദേഹത്തിന് അജ്ഞാ തവുമായിരുന്നു. ഒട്ടുമിക്ക സിദ്ധാന്തങ്ങൾക്കും ശാസ്ത്രീയവും കാലോ ചിതവുമായ അടുക്കും ചിട്ടയും ഉണ്ടായിരുന്നില്ല.

'അത്ഭുതപ്രതിഭ'യെന്നും 'അമാനുഷൻ' എന്നും അതിനോടകം ലോകമെമ്പാടും അറിയപ്പെട്ടു തുടങ്ങിയ രാമാനുജന്റെ ആത്മവിശ്വാസ ത്തിന് ഒട്ടും കോട്ടം വരാത്തവിധം അദ്ദേഹത്തെ ഗണിതശാസ്ത്രത്തിന്റെ മുഖ്യധാരയിലേക്കു കൊണ്ടുവരിക എന്ന ശ്രമകരമായ ആ പണിയും ഹാർഡി സ്വയം ഏറ്റെടുത്തു.

പിന്നീട് ഹാർഡി ഇങ്ങനെ പറഞ്ഞു:

"ഞാൻ പഠിപ്പിച്ചതിനേക്കാൾ എത്രയോ കൂടുതൽ കാര്യങ്ങൾ അദ്ദേഹം എന്നെ പഠിപ്പിച്ചു തിയറി ഓഫ് ഫങ്ഷൻസ്, അനലിറ്റിക്കൽ

തിയറി ഓഫ് നമ്പേഴ്സ് എന്നീ ശാഖകളിൽ കൂടുതൽ ആഴത്തിലേക്കിറങ്ങാൻ ഈ കാലയളവിൽ അദ്ദേഹത്തിനായി. അന്നേവരെ കേട്ടിട്ടുപോലുമില്ലാത്ത ധാരാളം അപൂർവാശയങ്ങളുടെ അക്ഷയപാത്രമാണ് രാമാനുജൻ എന്ന് എനിക്കു ബോധ്യമായത് ഈ സന്ദർഭത്തിലാണ്."

ഇംഗ്ലണ്ടിൽ താമസിച്ചിരുന്ന കാലത്ത് ഗണിതശാസ്ത്രവിഷയങ്ങളൊഴികെ മറ്റൊന്നിലും രാമാനുജന് താൽപ്പര്യമുണ്ടായിരുന്നില്ല. പ്രാർഥനകളും മതപരമായ ചടങ്ങുകളും മുടങ്ങാതെ നടത്തിവന്നു. ദാർശനികവും താത്വികവുമായ കാര്യങ്ങളെപ്പറ്റി പറയാനും കേൾക്കാനും അദ്ദേഹം ഉത്സാഹം കാണിച്ചിരുന്നു. ഒരിക്കൽ ഇംഗ്ലണ്ടിലെ ഒരു തിയേറ്ററിൽ സിനിമാ കാണാൻ പോയതായും പറയപ്പെടുന്നുണ്ട്.

രാമാനുജന്റെ രക്ഷകർത്താവും സുഹൃത്തും ഗവേഷണപങ്കാളിയുമൊക്കെയായിരുന്ന ഹാർഡിയും രാമാനുജനും തമ്മിൽ സമാനതകളേക്കാൾ വൈരുധ്യങ്ങളായിരുന്നു ഏറെയും. ഹാർഡി കടുത്ത നിരീശ്വരവാദിയും മതവിരോധിയുമായിരുന്നെങ്കിൽ രാമാനുജൻ തികഞ്ഞ മതവിശ്വാസിയും ഈശ്വരഭക്തനുമായിരുന്നു. 'എല്ലാ മതവിശ്വാസങ്ങളും ഒരുപോലെ ഉൾക്കൊള്ളുന്ന ആൾ' എന്നാണ് ഹാർഡി രാമാനുജനെ വിശേഷിപ്പിക്കുന്നത്. ശാന്തവും കുലീനവും ഹൃദ്യവുമായ സ്വഭാവരീതികളുള്ള രാമാനുജൻ ആൾക്കൂട്ടത്തിൽനിന്നും ഒഴിഞ്ഞുമാറി നിൽക്കുമ്പോൾ, ഹാർഡി പൊതുവേദികളിൽ നിറഞ്ഞുനിന്നു. തികഞ്ഞ മനുഷ്യസ്നേഹിയും യുദ്ധവിരോധിയുമായിരുന്നു ഹാർഡി. പൊരുത്തക്കേടുകൾ എറെയുണ്ടായിരുന്നു എങ്കിലും ഹാർഡിയും രാമാനുജനും തമ്മിലുണ്ടായിരുന്ന ആത്മബന്ധം അനിതര സാധാരണവും അത്യപൂർവവുമായിരുന്നു എന്ന് ചരിത്രം രേഖപ്പെടുത്തുന്നു.

15

ബഹുമതികൾ... അംഗീകാരങ്ങൾ

ഗവേഷണ പ്രവർത്തനങ്ങളെ സംബന്ധിക്കുന്ന വിശദമായ 'പ്രോഗസ്സ് റിപ്പോർട്ടുകൾ' രണ്ടാഴ്ച കൂടുമ്പോൾ മദ്രാസ് സർവകലാ ശാല രജിസ്ട്രാർക്ക് അയച്ചു കൊടുക്കേണ്ടതുണ്ടായിരുന്നു.

ഹാർഡിയുടെ ഒരു റിപ്പോർട്ട് ഇതായിരുന്നു:

> രാമാനുജനെ പഠനകാര്യങ്ങളിൽ സഹായിച്ചുവന്നത് മി.ലിറ്റിൽ വുഡ്സും ഞാനും ചേർന്നാണ്. എന്നാൽ അടുത്ത കാലത്ത് മി. വുഡ്സ് നിർബന്ധ സൈന്യസേവനത്തിനായി ഇവിടം വിട്ടുപോയി രിക്കുന്നതിനാൽ രാമാനുജനെ സഹായിക്കാൻ ഞാൻ മാത്രമാ ണുള്ളത്. ആധുനിക ഗണിത ശാസ്ത്രജ്ഞന്മാരിൽ ഏറ്റവും പ്രഗ ത്ഭനും പ്രതിഭാശാലിയുമാണ് രാമാനുജൻ. ഇവിടുത്തെ അധ്യാ പകരെപ്പോലും അദ്ദേഹം വിസ്മയിപ്പിച്ചു കളഞ്ഞു. ഗണിതശാ സ്ത്രത്തിൽ അദ്ദേഹം കൊടുമുടികൾ കീഴടക്കും എന്നതിൽ സംശയമില്ല. അദ്ദേഹത്തിന്റെ ആശയങ്ങൾ മൗലികവും ഉദാത്ത വുമാണ്.

ശാസ്ത്രലോകത്ത് ദൂരവ്യാപകമായ പ്രകമ്പനങ്ങൾ സൃഷ്ടിച്ച 32 ലേറെ പ്രബന്ധങ്ങൾ ഇംഗ്ലണ്ടിലെ പഠനകാലത്ത് രാമാനുജൻ തയാറാ ക്കിയിട്ടുണ്ട്. അവയെല്ലാം അർഹിക്കുന്ന പ്രാധാന്യത്തോടെ വിവിധ ജേർണലുകളിൽ പ്രസിദ്ധീകരിക്കപ്പെടുകയും ചെയ്തു. അതിൽ അഞ്ചെണ്ണം രാമാനുജൻ – ഹാർഡി കൂട്ടുകെട്ടിൽ ഉണ്ടായവയാണ്.

ഇന്ത്യൻ ജേർണലിൽ രാമാനുജന്റെ 58 ചോദ്യങ്ങൾ ഇക്കാലത്തു പ്രത്യക്ഷപ്പെട്ടു. 58 ചോദ്യങ്ങളിൽ ഏഴെണ്ണത്തിനു മാത്രമേ രാമാനുജൻ ഉത്തരം നൽകിയിട്ടുള്ളൂ. നാൽപ്പതോളം എണ്ണത്തിനു പിൽക്കാലത്തു

പലരും ഉത്തരം കണ്ടെത്തിയെങ്കിലും, ശേഷിക്കുന്നവ ഇന്നും ഉത്തരം കിട്ടാതെ കിടക്കുകയാണ്. രാമാനുജന്റെ *നോട്ടുബുക്കു*കളിൽ വിസ്മരിക്കപ്പെട്ടുകിടന്ന തിയറങ്ങൾ വെളിച്ചം കണ്ടതും ഈ സമയത്താണ്. ഈ തിയറങ്ങളുടെ ചുവടുപിടിച്ച് പുതുമയുള്ള പല സിദ്ധാന്തങ്ങളും പിന്നീട് ഉരുത്തിരിഞ്ഞു വന്നിട്ടുണ്ട്.

ഇൻഫിനിറ്റ് സീരീസ്, റമാൻസ് തീറ്റാ ഫങ്ഷൻ, മോക്ക്, എലിപ്റ്റിക്കൽ ഫങ്ഷൻ, മോഡുലാർ ഇക്വേഷൻസ് എന്നിങ്ങനെയുള്ള അദ്ദേഹത്തിന്റെ കണ്ടുപിടിത്തങ്ങൾ ഇന്ന് അണുശക്തി നിലയങ്ങളുടേയും കമ്പ്യൂട്ടറുകളുടേയും പ്രവർത്തനങ്ങൾക്ക് പ്രയോജനപ്പെടുത്തുന്നു. ബഹിരാകാശ പരീക്ഷണങ്ങൾ, നൈലോൺ നാരുകളുടെ ഉൽപ്പാദനം എന്നിവയിൽ ഇന്നു കാണുന്ന കുതിപ്പിന് അടിസ്ഥാനമായത് രാമാനുജന്റെ ആശയങ്ങളാണ്.

ഇന്ത്യൻ പ്ലാനിംഗ് ബോർഡ് മെമ്പറായിരുന്ന പി സി മഹലനോബീസിന്റെ ഓർമക്കുറിപ്പുകളിൽ രാമാനുജൻ ഇങ്ങനെയാണു കടന്നുവരുന്നത് :

> 1913 കാലത്ത്, പ്രശസ്ത ഗണിതാധ്യാപകൻ മി. ആർതർബെറിയുടെ മേൽനോട്ടത്തിൽ എലിപ്റ്റിക്കൽ ഇന്റഗ്രൽസ് എന്ന വിഷയത്തെപ്പറ്റി പഠനക്ലാസുകൾ കേംബ്രിഡ്ജിൽ നടന്നുവന്നിരുന്നു. ചില ക്ലാസുകളിൽ ഞാനും ഹാജരുണ്ടായിരുന്നു. മി. ഹാർഡിയുടെ നിർദേശാനുസരണം ഒരു ദിവസം മി. രാമാനുജനും ക്ലാസിൽ പങ്കെടുക്കാനെത്തി. ക്ലാസെടുക്കവേ മി. ബറി, മി. രാമാനുജനെ പ്രത്യേകം ശ്രദ്ധിക്കുന്നുണ്ടായിരുന്നു. അതിഗഹനമായ ആ വിഷയത്തിൽ ക്ലാസിൽ പുതുതായി എത്തിയ മി. രാമാനുജന് അത്ര പ്രാവീണ്യമുണ്ടായിരുന്നില്ല എന്നായിരുന്നു മി. ബെറിയുടെ ധാരണ. പഠിപ്പിക്കുന്നതിനിടെ, വിഷയം മനസിലാകുന്നുണ്ടോ എന്ന് അദ്ദേഹം മി. രാമാനുജനോട് ചോദിക്കുന്നുണ്ടായിരുന്നു. ഉണ്ട് എന്ന അർഥത്തിൽ മി. രാമാനുജനും തല കുലുക്കുന്നുണ്ട്. കൂടുതലായി എന്തെങ്കിലും അറിയേണ്ടതുണ്ടോ എന്നായി മി.ബെറി. ഉടൻ മി. രാമാനുജൻ എണീറ്റുചെന്നു മി. ബെറി ഇനിയും പഠിപ്പിച്ചിട്ടില്ലാത്ത ചില പാഠഭാഗങ്ങൾ ബോർഡിൽ എഴുതിവെച്ചു. ഇതുകണ്ട് അവിടയുള്ളവരെല്ലാം അത്ഭുതപ്പെട്ടുപോയി.

1918 ഒക്ടോബറിൽ കേംബ്രിഡ്ജ് സർവകലാശാല ഓണററി ബിരുദം നൽകി (ബാച്ച്ലർ ഓഫ് സയൻസ് ബൈ റിസർച്ച്) രാമാനുജനെ ആദരിച്ചു. ഡോക്ടറേറ്റിനു തുല്യമായ ബിരുദമാണിത്. ഇതേ കാലയളവിൽ തന്നെയാണ് 'ഫെലോ ഓഫ് ട്രിനിറ്റി കോളേജ് കേംബ്രിഡ്ജ്' എന്ന പരമോന്നത ബഹുമതിക്കും അദ്ദേഹത്തിന്റെ പേര് നിർദേശിക്കപ്പെട്ടത്. ഈ ബഹുമതിക്ക് അർഹനാകുന്ന ആദ്യത്തെ ഇന്ത്യാക്കാരനാണ് ശ്രീനിവാസ രാമാനുജൻ. ഫെലോഷിപ്പിന്റെ ഭാഗമായി വർഷം

തോറും 250 പവൻ വീതമുള്ള ഓണറേറിയത്തിനും അദ്ദേഹം അർഹനായി. അധികം വൈകാതെ തന്നെ, ലോകോത്തര ബഹുമതിയായ 'ഫെലോ ഓഫ് റോയൽ സൊസൈറ്റി ' (എഫ് ആർ എസ്) എന്ന പദവിയും അദ്ദേഹത്തിനെ തേടിയെത്തി. സി വി രാമൻ, ജെ സി ബോസ് തുടങ്ങിയ ഭാരതീയരായ അപൂർവം ശാസ്ത്രജ്ഞന്മാർക്കു മാത്രമേ ഈ ബഹുമതി ഇതിനു മുമ്പു ലഭിച്ചിരുന്നുള്ളൂ.

16

രോഗം വേട്ടയാടുമ്പോൾ

ആയിരത്തിത്തൊള്ളായിരത്തി പതിനേഴു മുതലാണ് രാമാനുജന്റെ ആരോഗ്യസ്ഥിതി തീരെ വഷളായിത്തുടങ്ങിയത്. ആദ്യകാലത്ത് രോഗമെന്തെന്നുപോലും കണ്ടുപിടിക്കാൻ പറ്റിയിരുന്നില്ല. " ഏതോ മഹാവ്യാധി എന്നെ പിടികൂടിയിരിക്കുന്നു" രാമാനുജൻ ഒരു സുഹൃത്തിനോടു പറഞ്ഞു.

ഇംഗ്ലണ്ടിലെ കാലാവസ്ഥയും ആഹാരക്രമങ്ങളും വിശ്രമമില്ലാത്ത ജീവിതരീതികളുമാണ് രോഗകാരണമെന്നും അദ്ദേഹത്തെ തൽക്കാലത്തേക്കെങ്കിലും ഇന്ത്യയിലേക്കു മടക്കി അയച്ച് മതിയായ ചികിത്സ നൽകുന്നതാണ് ഉത്തമമെന്നും അഭിപ്രായമുണ്ടായി. ഇംഗ്ലണ്ടിലെ മികച്ച ഡോക്ടർമാരെല്ലാം നിർബന്ധിത സൈന്യസേവനത്തിനുപോയിരുന്നതിനാൽ അവിടെ മെച്ചപ്പെട്ട ചികിത്സ അന്ന് ലഭിക്കുമായിരുന്നില്ല. എന്നാൽ യുദ്ധം കൊടുമ്പിരിക്കൊണ്ടിരുന്ന ആ സമയത്ത് ഇന്ത്യയിലേക്കുള്ള കപ്പൽ യാത്രയും ദുഷ്കരമായിരുന്നു.

വേനൽക്കാലത്ത് രോഗം മൂർഛിച്ചതിനാൽ അദ്ദേഹത്തെ കേംബ്രിഡ്ജിൽ തന്നെയുള്ള വിവിധ ആശുപത്രികളിൽ പ്രവേശിപ്പിക്കേണ്ടി വന്നു. രോഗാസ്വാസ്ഥ്യങ്ങൾ വേട്ടയാടുമ്പോഴും അദ്ദേഹം തന്റെ ഗണിതശാസ്ത്ര പ്രവർത്തനങ്ങളിൽ മാറ്റമൊന്നും വരുത്താതെ അനസ്യൂതം തുടർന്നുവന്നു. കണ്ടുപിടിത്തങ്ങളുടെ എണ്ണം കുറഞ്ഞുവെങ്കിലും, ഉള്ളടക്കത്തിലും പുതുമയിലും അവ മുമ്പത്തേതിലും മെച്ചമായിരുന്നു.

അതിനിടെ, 1919 ഏപ്രിൽ മാസം മുതൽ അഞ്ചു വർഷത്തേക്ക് 250 പവൻ വീതം രാമാനുജനു വേതനം നൽകാൻ മദ്രാസ് സർവകലാശാല തീരുമാനമെടുത്തു. അഞ്ചു വർഷത്തിനിടെയുള്ള എല്ലാ യാത്രാ ചെലവുകളും സർവകലാശാല വഹിക്കും. കേംബ്രിഡ്ജിലെ ഗവേഷണം

തീരുന്ന മുറയ്ക്ക് രാമാനുജനെ മദ്രാസ് സർവകലാശാലയിൽ ഗണിത ശാസ്ത്ര പ്രൊഫസറായി നിയമിക്കാനും സർവകലാശാല തീരുമാനിച്ചു.

കേംബ്രിഡ്ജ് ജീവിതകാലത്ത് രാമാനുജന് സാമാന്യം നല്ലവരുമാനമുണ്ടായിരുന്നു. ട്രിനിറ്റി കോളേജിൽ നിന്നും വർഷം തോറുമുള്ള 250 പവൻ, മദ്രാസ് യൂണിവേഴ്സിറ്റിയുടെ 250 പവൻ കൂടാതെ യാത്രാപ്പടി തുടങ്ങി മറ്റ് ആനുകൂല്യങ്ങളും. എന്നാൽ ധനികനാകണമെന്നോ സമ്പാദിച്ചു കൂട്ടണമെന്നോ ഉള്ള വ്യാമോഹങ്ങളൊന്നും അദ്ദേഹത്തിനുണ്ടായിരുന്നില്ല. ഈ തുക തനിക്ക് അധികമാണെന്നാണ് അദ്ദേഹം പറയാറുള്ളത്.

അദ്ദേഹം സർവകലാശാലയ്ക്ക് അയച്ച ഒരു കത്തു ശ്രദ്ധിക്കുക:

> .... സർവകലാശാല എനിക്ക് നൽകിക്കൊണ്ടിരിക്കുന്ന സഹായ സഹകരണങ്ങൾക്കു നന്ദി പറയുന്നു.
>
> കഴിഞ്ഞ ഒന്നുരണ്ടു വർഷമായി അനാരോഗ്യം കാരണം എനിക്കു ഗണിതശാസ്ത്രത്തിൽ തൃപ്തികരമായി ഒന്നും ചെയ്യാൻ കഴിഞ്ഞിട്ടില്ല. എനിക്ക് അത്യധികമായ ദുഃഖമുണ്ട്. രോഗമുക്തനായി കൂടുതൽ ഉത്സാഹത്തോടെ പ്രവർത്തനങ്ങൾ തുടരാനാവുമെന്നാണ് പ്രതീക്ഷ.
>
> നിങ്ങൾ കനിഞ്ഞു നൽകുന്ന സഹായങ്ങൾ എനിക്ക് ആവശ്യത്തിലും അധികമാണ്. ഇത്രയും സഹായങ്ങൾക്ക് ഞാൻ അർഹനാണോ എന്നതിലാണ് എനിക്കു സംശയമുള്ളത്.
>
> ഈ തുകയിൽ നിന്നും 50 പവൻ എന്റെ മാതാപിതാക്കൾക്ക് എത്തിച്ചുകൊടുക്കുക. നാട്ടിലെ നിർദ്ധനരും അനാഥരുമായ സ്കൂൾ കുട്ടികളെ സഹായിക്കാൻ ഇതിൽ നല്ലൊരു ഭാഗം മാറ്റിവയ്ക്കണമെന്നും ഞാൻ അപേക്ഷിക്കുന്നു.

തീരെ അവശനായിരിക്കുമ്പോഴും രാമാനുജൻ കണക്കുകളുടെ ലോകത്തുതന്നെയായിരുന്നു. അദ്ദേഹത്തെ സന്ദർശിക്കാൻ ഒരിക്കൽ ഹാർഡി ആശുപത്രിയിലെത്തി. താൻ വന്ന വണ്ടിയുടെ നമ്പർ 1729 ആണെന്നും, അത് ഒരു പരമബോറൻ നമ്പരാണെന്നും ഹാർഡി സംസാരമദ്ധ്യേ രാമാനുജനോടു പറഞ്ഞു. എന്നാൽ രാമാനുജൻ അതു നിഷേധിച്ചു. 1729 എന്നത് ഏറെ പുതുമയുള്ള അത്യപൂർവമായ സംഖ്യയാണെന്നായി അദ്ദേഹം.

“രണ്ടു ക്യൂബുകളുടെ തുകയായി രണ്ടു രീതികളിൽ എഴുതാവുന്ന ഏറ്റവും ചെറിയ സംഖ്യയാണിത്.

അതായത് $10^3 + 9^3 = 1000 + 729 = 1729$

$12^3 + 1^3 = 1728 + 1 = 1729$"

“നാലാംഘട്ടത്തിൽ ഇത്തരം സംഖ്യകളുണ്ടോ” എന്നായി ഹാർഡി. അതിനു മറുപടി ഉണ്ട്.

$$"158^4 + 59^4 = 635318657$$
$$134^4 + 133^4 = 635318657"$$

അക്കാലത്തെ ഏറ്റവും വലിയ ഗണിതശാസ്ത്രജ്ഞന്മാരിലൊരാളായ ഹാർഡി പക്ഷേ, ഞെട്ടിയില്ല. സംഖ്യാശാസ്ത്രത്തിൽ ശ്രീനിവാസരാമാനുജന്റെ മാന്ത്രികസിദ്ധികൾ ഏറ്റവും കൂടുതൽ അടുത്തറിഞ്ഞിട്ടുള്ളത് അദ്ദേഹമാണല്ലോ.

1729 എന്ന സംഖ്യ പിന്നീട് രാമാനുജൻ സംഖ്യ എന്നറിയപ്പെട്ടു. ഏതു സംഖ്യക്കും ഏതെങ്കിലുമൊരു പ്രത്യേകത രാമാനുജനു പറയാനുണ്ടാകും.

അസുഖം നിയന്ത്രണാതീതമായി തുടർന്നതിനാൽ വെൽസ്, മാറ്റ്ലോക്ക് എന്നീ വിവിധ സ്ഥലങ്ങളിലെ പ്രമുഖ ആശുപത്രികളിൽ അദ്ദേഹത്തെ ചികിത്സിച്ചു. 1918 അവസാനത്തോടെ അദ്ദേഹത്തെ ബാധിച്ചിരിക്കുന്നത് ക്ഷയരോഗമാണെന്നു സ്ഥിരീകരിക്കപ്പെട്ടു. ലണ്ടനിലെ കാലാവസ്ഥ ഈ രോഗത്തിന് ഒട്ടും അനുയോജ്യമല്ലെന്നു കണ്ടതിനാൽ രാമാനുജനെ ഉടൻ തന്നെ ഇന്ത്യയിലേക്ക് മടക്കി അയക്കാൻ തന്നെയായിരുന്നു വിദഗ്ധോപദേശം. 1919 ഫെബ്രുവരി 27 എസ് എസ് നഗോയ എന്ന കപ്പലിൽ അഞ്ചുവർഷങ്ങൾക്കുശേഷം രാമാനുജന്റെ സ്വദേശത്തേയ്ക്കുള്ള മടക്കയാത്ര.

17

ദൈവം തന്ന സമ്മാനം

ആയിരത്തിത്തൊള്ളായിരത്തി പത്തൊൻപത് മാർച്ച് മാസത്തിലാണ് ശ്രീനിവാസരാമാനുജനേയും വഹിച്ചുകൊണ്ടുള്ള കപ്പൽ ബോംബേ തുറമുഖത്തു വന്നുചേർന്നത്. ബന്ധുജനങ്ങളും ഒട്ടേറെ സുഹൃത്തുക്കളും അദ്ദേഹത്തെ വരവേൽക്കാനെത്തിയിരുന്നു. എന്നാൽ ആ കൂട്ടത്തിൽ തന്റെ പ്രിയപത്നി ജാനകിയുടെ അഭാവം അദ്ദേഹത്തെ വല്ലാതെ വേദനിപ്പിച്ചു. ജാനകി മദിരാശിയിൽ വെച്ചാണ് അവരോടൊപ്പം ചേർന്നത്.

അഞ്ചുവർഷം നീണ്ട വിദേശവാസത്തിനുശേഷം ലോകപ്രശസ്തനായ എസ് ബി രാമാനുജൻ എം എ, എഫ് ആർ എസ് ആയി. ജന്മനാട്ടിൽ തിരിച്ചെത്തിയ രാമാനുജൻ പക്ഷേ, ഒട്ടും സന്തോഷവാനായിരുന്നില്ല. കുശലം അന്വേഷിച്ചു ചെന്നവർക്കു ചെറുപുഞ്ചിരി മാത്രമായിരുന്നു മറുപടി. ഇടവിടാതെയുള്ള പനിയും പ്രാണൻ പറിച്ചെടുക്കുംവിധമുള്ള ചുമയും അദ്ദേഹത്തെ തീരെ അവശനാക്കിയിരുന്നു. പഴയ രൂപവുമായി വിദൂരസാമീപ്യം മാത്രമേ അപ്പോൾ തോന്നിച്ചിരുന്നുള്ളൂ. ശരീരം ഉണങ്ങി എല്ലും തോലുമായി. ചൈതന്യം തിങ്ങിനിന്ന ആ കണ്ണുകൾ മാത്രമാണ് അദ്ദേഹത്തിന്റേതായി ആകെ അവശേഷിച്ചിരുന്നത്. നാടിന്റെ അഭിമാനമായ ശ്രീനിവാസരാമാനുജന്റെ ഈ അവസ്ഥ ഏവരേയും ദുഃഖിതരും ഉൽക്കണ്ഠാകുലരുമാക്കി.

വീട്ടിലേക്കുള്ള യാത്രാ മധ്യേ ബന്ധുജനങ്ങളുടെ നിർബന്ധത്തിനു വഴങ്ങി തൈരും സാമ്പാറും കൂട്ടി അദ്ദേഹം അൽപ്പം ഊണു കഴിച്ചു. ആർത്തിയോടെ തുടങ്ങിയെങ്കിലും തീരെക്കുറച്ചു മാത്രമേ കഴിക്കാനായുള്ളൂ. "ഈ ഭക്ഷണം ഇംഗ്ലണ്ടിൽ കിട്ടിയിരുന്നെങ്കിൽ എനിക്ക് അസുഖമൊന്നും വരില്ലായിരുന്നുന്നു." അദ്ദേഹം പറഞ്ഞു.

മൂന്നു മാസക്കാലം രാമാനുജൻ മദിരാശിയിൽ താമസിച്ചു. ആരോ

ഗ്യനിലമോശമായിത്തന്നെ തുടർന്നു. നഗരത്തിന്റെ ബഹളത്തിൽ നിന്നൊഴിഞ്ഞുള്ള ശാന്തമായ ഒരു ഗ്രാമപ്രദേശമാണ് രോഗശമനത്തിന് പറ്റിയതെന്ന് ഡോക്ടർ ഉപദേശിച്ചിരുന്നു. ഇതേ തുടർന്ന് ഈറോഡിനടുത്തുള്ള കൊടുമുടി എന്ന സ്ഥലത്തേക്ക് അദ്ദേഹം താമസം മാറ്റി. എന്നാൽ ഈർപ്പം കൂടുതലുള്ള അവിടുത്തെ കാലാവസ്ഥയും ഒട്ടും പറ്റാതെ വന്നപ്പോൾ കുംഭകോണത്തിനു മടങ്ങി. പ്രശസ്ത ക്ഷയരോഗവിദഗ്ധൻ ഡോ. പി എസ് ചന്ദ്രശേഖരയ്യർ ഉൾപ്പെട്ട സംഘമാണ് അത്യന്തം ശ്രദ്ധയോടെ അദ്ദേഹത്തെ പരിചരിച്ചു വന്നത്.

ധനാഢ്യരും ഉദാരമതികളുമായ ഒട്ടേറെ പേരും സ്ഥാപനങ്ങളും രാമാനുജന് സൗജന്യ താമസസൗകര്യമൊരുക്കി കൊടുക്കാനും ചികിത്സാ ചെലവുകൾ വഹിക്കാനുമായി മുന്നോട്ടുവന്നു. ഭർത്താവിനെ ശുശ്രൂഷിച്ചു കൊണ്ട് ജാനകി സദാസമയവും സമീപത്തു തന്നെ ഉണ്ടായിരുന്നു.

കുംഭകോണത്ത് രാമാനുജന്റെ വീട്ടിൽ സ്ഥാപിച്ചിട്ടുള്ള
രാമാനുജന്റെ അർധകായ പ്രതിമ

കഠിനമായ വേദന വകവെക്കാതെ രാമാനുജൻ അപ്പോഴും കണക്കുകൾ ചെയ്തുകൊണ്ടിരുന്നു. വേദന മറക്കാൻ അദ്ദേഹം കണ്ടെത്തിയ മാർഗം അതായിരുന്നു.

രോഗശയ്യയിലും അദ്ദേഹം തന്റെ ജന്മസിദ്ധമായ നർമം കൈവിട്ടില്ല. തന്നെ അനുദിനം കാർന്നുതിന്നുന്ന രോഗത്തെക്കുറിച്ചുപോലും അദ്ദേഹം പരിഹസിച്ചു സംസാരിച്ചിരുന്നു. 'തഞ്ചാവൂർ' ജില്ലയിൽപ്പെട്ട കുംഭകോണത്തേക്കു താമസം മാറ്റിയപ്പോഴും 'തഞ്ചാവൂർ' എന്ന പേര് അദ്ദേഹം തൻ+ചാവ്+ഊർ എന്നീ മൂന്നു കഷണങ്ങളാക്കി "നിങ്ങളെന്നെ

മരണസ്ഥലത്തേക്കാണു കൊണ്ടുപോകുന്നതെന്നു" പറഞ്ഞു. മദിരാശിയിലെ 'ചെട്ട്പട്ടി' ലേക്കു പോകുമ്പോഴും നർമം മറനീക്കി പുറത്തുവന്നു. "ഇനിയെല്ലാം ചട്ട് പട്ടെന്ന് (വേഗത്തിൽ) അവസാനിക്കും" എന്നായി അദ്ദേഹം.

രോഗശയ്യയിൽ കിടന്നുകൊണ്ട് രാമാനുജൻ ഹാർഡിക്ക് അയച്ച ഈ കത്തിലെ ഓരോ വാക്കുകളും ഗണിതശാസ്ത്രത്തോടുള്ള അദ്ദേഹത്തിന്റെ അടങ്ങാത്ത ആവേശം സൂചിപ്പിക്കുന്നു. ഹാർഡിക്ക് രാമാനുജൻ അയച്ച അവസാനത്തെ കത്ത് ഇതാണ്:

'....താങ്കൾക്ക് കത്ത് അയയ്ക്കാൻ താമസിച്ചതിൽ ക്ഷമിക്കുക. അടുത്ത കാലത്ത് വളരെ രസകരമായ ചില ഫങ്ഷൻസ് ഞാൻ കണ്ടുപിടിച്ചിട്ടുണ്ട്. അവയെ 'മോക്ക് തീറ്റാ ഫങ്ഷൻ' എന്നാണു ഞാൻ പേരിട്ടിരിക്കുന്നത്. ഇതോടൊന്നിച്ച് ചില ഉദാഹരണങ്ങൾ താങ്കൾക്ക് അയച്ചുതരുന്നു...'

ശ്രീനിവാസ രാമാനുജൻ എന്ന ഗണിതശാസ്ത്രജ്ഞന്റെ യശസ്സ് എക്കാലവും ഉയർത്തിപ്പിടിക്കുന്ന ഒന്നാണ് അദ്ദേഹത്തിന്റെ അവസാന കലാസൃഷ്ടികളിലൊന്നായ 'മോക്ക് തീറ്റാഫങ്ഷൻസ്'. അണുശക്തി നിലയങ്ങളുടെ പ്രവർത്തനങ്ങൾക്കും കമ്പ്യൂട്ടർ പ്രോഗ്രാമിങ്, ക്രിപ്റ്റോളജി, ക്വാണ്ടം ഫിസിക്സ് എന്നിവയിലും 'മോക്ക് തീറ്റാ ഫങ്ഷൻ'ന് ഇന്ന് വിപുലമായ സാധ്യതകളാണുള്ളത്.

ദിവസങ്ങൾ കഴിയുന്തോറും രാമാനുജന്റെ ക്ഷീണവും പരവശതയും കൂടിക്കൊണ്ടിരുന്നു. ചികിത്സകൾക്കോ പ്രാർഥനകൾക്കോ വീണ്ടെടുക്കാനാവാത്ത വിധം അദ്ദേഹത്തിന്റെ അവസ്ഥ വഷളാകുകയായിരുന്നു.

1920 ഏപ്രിൽ 26 രാവിലെ 10.30. ജീവിച്ചിരിക്കെ ഇതിഹാസമായി മാറിയ ആ മഹാപുരുഷന്റെ തീരെ ഹ്രസ്വമെങ്കിലും സംഭവബഹുലമായ ജീവിതത്തിനു തിലശ്ശീലവീണു.

മദിരാശിയിലെ 'ചെട്ട്പട്ട്' എന്ന സ്ഥലത്ത് 'കൂഡിയാ' എന്ന വീട്ടിൽ വെച്ചായിരുന്നു അന്ത്യം. സ്വന്തം ജീവനെക്കാളധികമായി മകനെ സ്നേഹിച്ച അദ്ദേഹത്തിന്റെ അമ്മയും സഹോദരനും ഏതാനും ചില ബന്ധുക്കളും ആ സമയത്ത് അദ്ദേഹത്തിനരികെയുണ്ടായിരുന്നു. വാർത്തയറിഞ്ഞ് ജീവിതത്തിന്റെ നാനാതുറകളിൽപ്പെട്ടവർ ഹരിങ്ടൺ റോഡിലുള്ള ഈ വീട്ടിൽ അന്ത്യോപചാരങ്ങൾ അർപ്പിക്കാനെത്തി.

ഏറ്റവും പ്രഗത്ഭരായ നൂറുഗണിതശാസ്ത്രജ്ഞന്മാർപോലും നൂറുവർഷംകൊണ്ടു ചെയ്തു തീർക്കാൻ കഴിയാത്ത കാര്യങ്ങൾ കേവലം 32 വയസിനുള്ളിൽ ചെയ്തുതീർത്ത് പൂർണ സംതൃപ്തനായാണ് അദ്ദേഹം വിടപറഞ്ഞത്. "എങ്ങുനിന്നോ അപ്രതീക്ഷിതമായി രംഗപ്രവേശം ചെയ്ത രാമാനുജൻ ദൈവം നമുക്കു തന്ന സമ്മാനമായിരുന്നു"; എന്ന് ഒരു അനുശോചനക്കുറിപ്പിൽ ഇങ്ങനെ വിശേഷിപ്പിക്കപ്പെട്ടു.

മദ്രാസ് സർവകലാശാല വൈസ് ചാൻസലർ കെ ശ്രീനിവാസ അയ്യങ്കാർ, സി വി രാജഗോപാലാചാരി തുടങ്ങിയ ഒട്ടേറെ പ്രമുഖരുടെ സാന്നിധ്യത്തിലായിരുന്നു വൈകുന്നേരം സംസ്കാര ചടങ്ങുകൾ നടന്നത്.

ഇന്ത്യയെ കണ്ടെത്തൽ എന്ന ഗ്രന്ഥത്തിൽ പണ്ഡിറ്റ് ജവഹർലാൽ നെഹ്റു ശ്രീനിവാസ രാമാനുജനെ അനുസ്മരിക്കുന്നു:

> ആധുനിക ഗണിതശാസ്ത്രത്തിലെ അത്ഭുതപ്രതിഭയാണ് ശ്രീനിവാസരാമാനുജൻ. ദാരിദ്ര്യത്തിന്റേയും യാതനയുടേയും പീഡനങ്ങൾ ഏറ്റുവാങ്ങി തന്റെ ബാല്യ കൗമാരങ്ങൾ പിന്നിട്ട അദ്ദേഹം, സ്വപ്രയത്നത്താൽ ഗണിതശാസ്ത്രത്തിന്റെ വിവിധ മേഖലകളിൽ അവഗാഹം നേടുകയും അവിടെയെല്ലാം മായാത്ത വ്യക്തിമുദ്ര പതിപ്പിക്കുകയും ചെയ്തു. ദൈനംദിന കാര്യങ്ങൾക്കുപോലും നിവർത്തിയില്ലാതെ മദ്രാസ് പോർട്ട് ട്രസ്റ്റിൽ ഒരു സാധാരണ ഗുമസ്തനായി ജീവിതമാരംഭിച്ച ഈ ദരിദ്ര ബ്രാഹ്മണ ബാലൻ അതിശയകരമായ വേഗതയിലാണ് പടിപടിയായി ഉയർന്ന ഇംഗ്ലണ്ടിലെ റോയൽ സൊസൈറ്റി വിശിഷ്ടാംഗം വരെയായത്. ഗണിതശാസ്ത്രത്തിലെ ദുർഗ്രഹവും ദുർഘടവുമായ മേഖലകളിൽ അദ്ദേഹം നടത്തിയ ഗവേഷണങ്ങളും കണ്ടെത്തലുകളും ശാസ്ത്ര–സാങ്കേതികരംഗത്ത് വൻ മുന്നേറ്റങ്ങൾക്കു നിമിത്തമായിത്തീർന്നു. ഈ നൂറ്റാണ്ടുകണ്ട ഏറ്റവും വലിയ ഗണിതശാസ്ത്രജ്ഞനാണ് ശ്രീനിവാസ രാമാനുജൻ.